Tiến Sĩ Jaerock Lee

Ñöùc Chuùa Trôøi Ñaáng Chöõa Laønh

URIM BOOKS

"Ngài phán rằng: Nếu ngươi chăm chỉ nghe lời Giê-hô-va Đức Chúa Trời ngươi, làm sự ngay thẳng trước mặt Ngài, lắng tai nghe các điều răn và giữ mọi luật lệ Ngài, thì ta chẳng giáng cho ngươi một trong các bịnh nào mà ta đã giáng cho xứ Ê-díp-tô; vì ta là Đức Giê-hô-va, Đấng chữa bịnh cho ngươi."

(Xuất Ê-díp-tô Ký 15:26)

Ñöùc Chuùa Trôøi Ñaáng Chöõa Laønh: của Tiến Sĩ Jaerock Lee
Do Nhà Sách Urim xuất bản (Người đại diện: Kyungtae Noh)
73, Yeouidaebang-ro 22-gil, Dongjak-gu, Seoul, Korea
www.urimbook.com

Tất cả bản quyền đều được đăng ký. Không được sao chép sách nầy dưới bất kỳ hình thức nào khi chưa có sự cho phép của nhà xuất bản.

Trừ phi có những trường hợp khác được ghi chú, tất cả các trưng dẫn Kinh Thánh đều được trích từ bản Kinh Thánh Tiêu Chuẩn Tiếng Mỹ ®, Bản quyền © 1960, 1962, 1963, 1968, 1971, 1972, 1973, 1975, 1977, 1995 được sử dụng dưới sự cho phép của Lockman Foundation.

Tác quyền © 2015 bởi Tiến Sĩ Jaerock Lee
ISBN: 979-11-263-0014-3 03230
Bản quyền dịch thuật ©2010 bởi Tiến sĩ Esther K. Chung. Được dùng dưới sự cho phép.

Xuất bản lần thứ nhất vào tháng 10 2015

Đã được Urim Books xuất bản bằng tiếng Hàn, năm 1992, tại Seoul, Hàn Quốc

Biên tập Tiến Sĩ Geumsun Vin
Do Ban Biên Tập Nhà Sánh Urim thiết kế
Công ty in ấn Yewon ấn hành
Để biết thêm thông tin hãy liên lạc tại urimbook@hotmail.com

Thoâng Ñieäp Xuaát Baûn

Khi maø vaên minh vaø söï phoàn thònh veà vaät chaát tieáp tuïc tieán boä vaø gia taêng, ngaøy nay chuùng ta thaáy raèng ngöôøi ta coù nhieàu thôøi gian vaø tieàn baïc dö daät. Hôn theá nöõa, ñeå coù ñöôïc cuoäc soáng khoûe maïnh vaø thoaûi maùi hôn, ngöôøi ta ñaàu tö thôøi gian vaø cuûa caûi vaø chuù yù nhieàu ñeán nhieàu thoâng tin coù ích.

Tuy nhieân, vì ñôøi soáng, tuoåi taùc, vaø söï cheát cuûa con ngöôøi ñeàu ôû döôùi söï teå trò cuûa Ñöùc Chuùa Trôøi, neân hoï khoâng theå ñieàu khieån bôûi söùc maïnh cuûa ñoàng tieàn hay tri thöùc. Theâm vaøo ñoù, moät söï thaät khoâng theå choái caõi ñöôïc aáy laø baát chaáp khoa hoïc y teá tinh vi ñöôïc taïo ra bôûi tri thöùc con ngöôøi traõi qua caùc theá kyû, nhöõng soá beänh nhaân maéc phaûi nhöõng caên beänh nan y vaø ôû thôøi kyø cuoái ñang daàn gia taêng.

Xuyeân suoát trong lòch söû theá giôùi, coù voâ soá ngöôøi töø nhöõng nieàm tin vaø tri thöùc khaùc nhau – bao goàm Phaät Giaùo vaø Khoång Giaùo – nhöõng taát caû boïn hoï ñeàu laøm

thinh khi ñoái dieän vôùi caâu hoûi naøy vaø khoâng ai trong soá
hoï coù theå traùnh ñöôïc söï laõo hoùa, beänh taät vaø caùi cheát.
Caâu hoûi naøy gaén boù chaët cheõ vôùi toái loãi vaø vaán ñeà
veà söï cöùu roãi cuûa nhaân loaïi, maø khoâng nhieàu naøo trong
hai vaán ñeà naøy con ngöôøi coù theå giaûi thích ñöôïc.

Ngaøy nay, coù nhieàu beänh vieän vaø hieäu thuoác, nôi ñaõ
duøng ñeán ñöôïc vaø coù veû nhö saün saøng ñeå giuùp cho xaõ
hoäi chuùng ta khoûi beänh vaø ñöôïc khoûe maïnh. Tuy vaäy, cô
theå vaø theá giôùi cuûa chuùng ta ngaäp traøn nhieàu caên beänh
khaùc nhau töø caûm cuùm thoâng thöôøng cho ñeán nhöõng
caên beänh voâ phöông cöùu chöõa coù nguoàn goác vaø caên
nguyeân khoâng xaùc ñònh ñöôïc. Ngöôøi ta nhanh choùng ñoå
loãi cho khí haäu vaø moâi tröôøng hoaëc saün saøng xem nuï nhö
moät hieän töôïng töï nhieân vaø sinh lyù, vaø döïa vaøo thuoác
men vaø kyõ thuaät y khoa.

Ñeå nhaän ñöôïc söï chöõa laønh cô baûn vaø saùng moät ñôøi
saùng khoûe maïnh, moãi ngöôøi trong chuùng ta phaûi hieåu
beänh taät baét nguoàn töø ñaâu vaø laøm theá naøo ñeå chuùng
ta coù theå nhaän ñöôïc söï chöõa laønh. Ñoái cuøng Phuùc
AÂm vaø chaân lyù, luoân luoân coù hai phía: daønh cho nhöõng
ngöôøi khoâng tieáp nhaän hai ñieàu nuï lao söï ruûa saû vaø hình
phaït, trong khi ñoái vôùi nhöõng ai tieáp nhaän hai ñieàu ñoù,
phöôùc haïnh vaø söï saùng chôø ñôïi hoï. YÙ muoán cuûa Ñöùc
Chuùa Trôøi ñaõ cho chaân lyù bò che khuaát khoûi nhöõng

ngöôøi, gioáng nhö nhöõng ngöôøi Pha-ri-si vaø caùc thaày daïy luaät, maø töôûng raèng hoï thoâng minh vaø khoân ngoan; cuõng chính yù muoán cuûa Ñöùc Chuùa Trôøi ñeå cho chaân lyù ñöôïc toû baøy vôùi nhöõng ngöôøi gioáng nhö con caùi, khao khaùt chaân lyù, vaø môû loøng hoï r (Lu-ca 10:21).

Ñöùc Chuùa Trôøi ñaõ höùa moät caùch roõ raøng raèng phöôùc thay cho nhöõng keû vaâng lôøi vaø soáng theo maïng leänh cuûa Ngaøi, trong khi ñoù, Ngaøi cuõng ghi laïi chi tieát söï ruûa saû vaø nhöõng loaïi beänh taät seõ giaùng treân nhöõng ai baát tuaân maïng leänh Ngaøi (Phục truyền luật lệ ký 28:1-68).

Bôûi vieäc nhaéc laïi Lôøi cuûa Ñöùc Chuùa Trôøi cho nhöõng ngöôøi chöa tin vaø caû vôùi moät soá tín höõu boû qua Lôøi Ñöùc Chuùa Trôøi, quyeån saùch naøy nhaèm giuùp nhöõng caù nhaân nhö theá ñi ñuùng con ñöôøng ñeán söï töï do khoûi oám ñau vaø beänh taät.

Baïn caøng nghe, ñoïc, hieåu vaø nghieàn ngaãm Lôøi Chuùa, vaø bôûi quyeàn naêng töø Ñöùc Chuùa Trôøi cuûa söï cöùu roãi vaø chöõa laønh, nguyeän raèng baïn nhaän ñöôïc söï chöõa laønh khoûi oám ñau vaø beänh taät, daàu lôùn hay nhoû, vaø nguyeän raèng söùc khoûe luoân ôû trong baïn cuøng gia ñình baïn, toâi caàu nguyeän trong Danh Chuùa chuùng ta!

Jaerock Lee

Noäi Dung

Thoâng Ñieäp Xuaát Baûn

Chöông 1
Nguoàn Goác cuûa Beänh Taät
vaø Tia Hy Voïng cuûa Söï Chöõa Laønh   1

Chöông 2
Ngöôi Coù Muoán Laønh Chaêng?   17

Chöông 3
Ñöùc Chuùa Trôøi Ñaáng Chöõa Laønh   41

Chöông 4

Bôûi Laèn Roi Ngaøi Chuùng Ta ñöôïc Laønh   57

Chöông 5

Quyeàn Naêng ñeå Chöõa Laønh Caùc
Thöù Taät Beänh   79

Chöông 6

Nhöõng Phöông Caùch
ñeå Chöõa Laønh Quyû AÙm   95

Chöông 7

Ñöùc Tin vaø Söï Vaâng Lôøi
cuûa Ngöôøi Phung Na-a-man   117

Chöông 1

Nguoàn Goác cuûa Beänh Taät vaø Tia Hy Voïng cuûa Söï Chöõa Laønh

Ma-la-chi 4:2

Nhöng veà phaàn caùc ngööi laø keû kính sôï danh ta, thì maët trôøi coâng bình seõ moïc leân cho, trong caùnh noù coù söï chöõa bònh; caùc ngööi seõ ñi ra vaø nhaûy nhoùt nhö boø tô cuûa chuoàng.

Nguyeân Nhaân Cô Baûn cuûa Beänh Taät

Vì ngöôøi ta mong soáng moät cuoäc soáng vui veû vaø khoûe maïnh suoát quaõng thôøi gian cuûa hoï treân ñaát, neân hoï duøng moïi loaïi thöùc aên coù lôïi cho söùc khoûe, vaø hoï chuù yù vaø tìm kieám nhöõng phöông phaùp bí maät. Tuy nhieân, baát chaáp söï tieán boä cuûa vaên minh vaät chaát vaø khoa hoïc y teá, thöïc teá laø söï ñau khoå bôûi nhöõng caên beänh nan y vaø ôû vaøo giai ñoaïn cuoái laïi khoâng theå ngaên chaën ñöôïc.

Con ngöôøi khoâng theå thoaùt khoûi söï ñau ñôùn bôûi beänh taät trong suoát quaõng ñôøi treân ñaát naøy ñöôïc hay sao?

Phaàn ñoâng con ngöôøi nhanh choùng ñoã loãi cho thôøi tieát vaø moâi tröôøng hoaëc ñaõ daønh hieåu beänh taät nhờ laø moät hieän töôïng töï nhieân hay sinh lyù, vaø döïa vaøo thuoác men vaø caùc kyõ thuaät y khoa. Tuy nhieân, moät khi caùc nguoàn cuûa moïi beänh taät vaø oám ñau ñöôïc xaùc ñònh, baát cöù ai cuõng coù theå thoaùt khoûi chuùng.

Kinh Thaùnh ñöa ra cho chuùng ta nhöõng phöông caùch cô baûn ñể maø bôûi ñoù moät ngöôøi coù theå soáng moät ñôøi soáng khoûi beänh taät vaø ngay caû khi moät ngöôøi bò beänh, Kinh Thaùnh chæ nhöõng phöông caùch ñeå moät ngöôøi coù theå nhaän ñöôïc söï chöõa laønh:

"Ngaøi phaùn raèng: Neáu ngöôi chaêm chæ nghe

lôøi Gieâ-hoâ-va Ñöùc Chuùa Trôøi ngöôi, laøm söï ngay thaúng tröôùc maët Ngaøi, laéng tai nghe caùc ñieàu raên vaø giöõ moïi luaät leä Ngaøi, thì ta chaúng giaùng cho ngöôi moät trong caùc bònh naøo maø ta ñaõ giaùng cho xöù EÂ-díp-toâ; vì ta laø Ñöùc Gieâ-hoâ-va, Ñaáng chöõa bònh cho ngöôi" (Xuất Ê-díp-tô Ký 15:26).

Ñaây laø Lôøi thaønh tín ban cho töøng caù nhaân chuùng ta töø Ñöùc Chuùa Trôøi, Ñaáng ñieàu khieån söï soáng, söï cheát, söï ruûa saû, vaø phöôùc haïnh con ngöôøi.

Vaäy thì, beänh taät laø gì vaø taïi sao moät ngöôøi bò nhieãm beänh? Theo thuaät ngöõ y hoïc, "beänh taät" noùi ñeán taát caû moïi loaïi oám yeáu taøn taät trong nhöõng phaàn khaùc nhau cuûa cô theå ngöôøi – moät tình traïng khaùc laï hay baát thöôøng cuûa söùc khoûe – vaø phaùt trieån vaø lan ra phaàn loùn bôûi vi khuaån. Noùi caùch khaùc, beänh taät laø moät ñieàu kieän cô theå baát thöôøng gaây ra bôûi chaát ñoäc gaây beänh hay do vi khuaån.

Trong Xuất Ê-díp-tô Ký 9:8-9 laø moâ taû veà moät tieán trình maø dòch ung nhoït xaûy ñeán treân EÂ-díp-toâ:

"Ñöùc Gieâ-hoâ-va beøn phaùn cuøng Moâi-se vaø A-roân raèng: Haõy hoát tro trong loø ñaày tay caùc ngöôi, roài taïi tröôùc maët Pha-ra-oân, Moâi-se seõ vaûi tro ñoù leân trôøi. Tro seõ hoùa thaønh buïi khaép caû xöù EÂ-díp-toâ, vaø sanh nhieàu gheû choác coâng

muû treân mình ngöôøi vaø suùc vaät trong khaép caû xöù EÂ-díp-toâ."

Trong Xuất Ê-díp-tô Ký 11:4-6, chuùng ta ñoïc thaáy söï phaân bieät cuûa Ñöùc Chuùa Trôøi giöõa daân Y-sô-ra-eân vaø daân EÂ-díp-toâ. Vì ngöôøi Y-sô-ra-eân thôø phöôïng Ñöùc Chuùa Trôøi, neân khoâng coù dòch leä naøo caû, trong khi vôùi daân EÂ-díp-toâ laø nhöõng ngöôøi khoâng thôø phöôïng Ñöùc Chuùa Trôøi hay soáng theo yù muoán cuûa Ngaøi, thì coù moät tai vaï giaùng treân con ñaàu loøng cuûa hoï.

Xuyeân suoát Kinh Thaùnh, chuùng ta hoïc bieát raèng ngay caû beänh taät ñeàu ôû döôùi söï teå trò cuûa Ñöùc Chuùa Trôøi, raèng Ngaøi baûo veä nhöõng ngöôøi toân kính Ngaøi khoûi beänh taät, vaø raèng beänh taät seõ thaâm nhaäp vaøo nhöõng ai phaïm toäi bôûi vì Ngaøi seõ xaây maët Ngaøi khoûi nhöõng ngöôøi nhö theá.

Vaäy thì, taïi sao coù beänh taät vaø söï ñau ñôùn bôûi beänh taät? Coù phaûi ñieàu naøy coù nghóa laø Ñöùc Chuùa Trôøi Ñaáng Saùng Taïo ñaõ taïo neân beänh taät vaøo buoåi saùng theá ñeå con ngöôøi coù theå soáng trong söï nguy hieåm bôûi beänh taät hay khoâng? Ñöùc Chuùa Trôøi Ñaáng Saùng Taïo döïng neân con ngöôøi vaø ñieàu khieån moïi thöù trong coõi hoaøn vuõ baèng söï toát laønh, coâng bình vaø yeâu thöông.

Sau khi taïo neân moâi tröôøng thích hôïp nhaát cho con ngöôøi soáng (Sáng-thế Ký 1:3-25), Ñöùc Chuùa Trôøi döïng nên con ngöôøi theo hình aûnh Ngaøi, ban phöôùc cho hoï, vaø cho pheùp hoï söï töï do vaø thaåm quyeàn toái ña.

Thôøi gian troâi qua, con ngöôøi töï do taän höôûng moïi phöôùc haïnh Ñöùc Chuùa Trôøi ban cho khi hoï vaâng theo maïng leänh Ngaøi, vaø soáng trong vöôøn EÂ-ñen nôi maø khoâng coù nöôùc maét, saàu khoå, ñau ñôùn, vaø beänh taät. Vì Ñöùc Chuùa Trôøi thaáy moïi vieäc Ngaøi ñaõ laøm laø toát laønh (Sáng-thế Ký 1:31), Ngaøi ban moät meänh leänh: *"Ngöôi ñöôïc töï do aên hoa quaû caùc thöù caây trong vöôøn; nhöng veà caây bieát ñieàu thieän vaø ñieàu aùc thì chôù heà aên ñeán; vì moät mai ngöôi aên, chaéc seõ cheát"* (Sáng-thế Ký 2:16-17).

Tuy nhieân, khi con raén xaûo quyeät thaáy con ngöôøi ñaõ khoâng giöõ maïng leänh cuûa Ñöùc Chuùa Trôøi trong taâm trí hoï maø thay vaøo ñoù hoï laïi höôùng höôûng vuõi noù, con raén ñaõ caùm doã EÂ-va, vôï cuûa con ngöôøi ñaàu tieân ñöôïc döïng neân. Khi A-ñam vaø EÂ-va aên traùi cuûa caây bieát ñieàu thieän vaø ñieàu aùc vaø phaïm toäi (Sáng-thế Ký 3:1-6), nhö Ñöùc Chuùa Trôøi ñaõ caûnh baùo, söï cheát ñaõ vaøo con ngöôøi (Rô-ma 6:23).

Sau khi phaïm toäi baát tuaân vaø vì con ngöôøi ñaõ laõnh tieàn coâng cuûa toäi loãi vaø ñoái dieän vôùi söï cheát, phaàn linh trong con ngöôøi – laø chuû cuûa noù – cuõng cheát vaø söï hieäp thoâng giöõa con ngöôøi vaø Ñöùc Chuùa Trôøi cuõng khoâng coøn toàn taïi nöõa. Hoï bò ñuoåi ra khoûi vöôøn EÂ-ñen vaø baét ñaàu cuoäc soáng trong nöôùc maét, ñau buoàn, khoá khoû, beänh taät vaø cheát choùc. Vì moïi thöù treân ñaát ñeàu bò ruûa saû, neân noù saûn sinh ra gai goùc vaø caây taät leâ, vaø phaûi ñoå moà hoâi traùn con ngöôøi môùi coù caùi maø aên (Sáng-thế Ký 3:16-24).

Do ñoù, nguyeân nhaân cô baûn cuûa beänh taät laø toäi loãi nguyeân thuûy phaùt sinh töø söï baát tuaân cuûa A-ñam. Neáu A-ñam khoâng baát tuaân vôùi Ñöùc Chuùa Trôøi, oâng chaéc haún seõ khoâng bò ñuoåi khoûi vöôøn EÂ-ñen maø thay vaøo ñoù ñöôïc moät cuoäc soáng khoûe maïnh luoân luoân. Noùi caùch khaùc, qua moät ngöôøi maø taát caû moïi ngöôøi ñeàu trôû thaønh toäi nhaân vaø soáng moät cuoäc soáng trong nhöõng nguy hieåm cuøng ñau khoå do moïi loaïi beänh taät. Neáu khoâng coù söï giaûi quyeát tröôùc heát cho vaán ñeà toäi loãi, thì khoâng moät ai ñöôïc xöng laø coâng chính tröôùc Ñöùc Chuùa Trôøi theo nhö luaät phaùp naõ ghi (Rô-ma 3:20).

Maët Trôøi Coâng Bình cuøng vôùi Caùnh coù Söï Chöõa Beänh cuûa noù

Ma-la-chi 4:2 daïy chuùng ta raèng: *"Nhöng veà phaàn caùc ngöôi laø keû kính sôï danh ta, thì maët trôøi coâng bình seõ moïc leân cho, trong caùnh noù coù söï chöõa bònh; caùc ngöôi seõ ñi ra vaø nhaûy nhoùt nhö boø tô cuûa chuoàng."* ÔÛ ñaây, "maët trôøi coâng bình" aùm chæ ñeán Ñaáng Meâ-si-a.

Nhaân loaïi ñang treân con ñöôøng huûy dieät vaø khoå sôû bôûi beänh taät, Ñöùc Chuùa Trôøi thöông xoùt vaø giaûi cöùu chuùng ta khoûi moïi toäi loãi qua Ñöùc Chuùa Gieâ-xu Christ maø Ngaøi ñaõ daønh saün, bôûi vieäc cho pheùp Ngaøi bò ñoùng ñinh treân thaäp töï giaù vaø taát caû huyeát Ngaøi tuoân ra. Vì theá, heã ai tieáp nhaän Ñöùc Chuùa Gieâ-xu Christ, nhaän laõnh söï tha thöù toäi loãi cho ngöôøi ñoù, vaø ñoùn nhaän söï cöùu roãi, thì coù theå ñöôïc giaûi thoaùt khoûi beänh taät vaø soáng moät cuoäc ñôøi khoûe maïnh. Bôûi söï ruûa saû treân muoân loaøi, con ngöôøi phaûi soáng trong söï nguy haïi cuûa beänh taät cho ñeán hôi thôû cuoái cuøng, nhöng bôûi tình yeâu vaø aân ñieån cuûa Ñöùc Chuùa Trôøi, moät con ñöôøng ñeán söï töï do khoûi beänh taät giôø ñaõ ñöôïc môû ra.

Khi con caùi Ñöùc Chuùa Trôøi choáng laïi toäi loãi ñeán noãi ñoå huyeát (Heâ-bô-rô 12:4) vaø soáng theo Lôøi Ngaøi, Ngaøi seõ baùo veä hoï baèng ñoâi maét röïc löûa cuûa Ngaøi vaø che chôû cho hoï baèng böùc töôøng baèng löûa cuûa Ñöùc Thaùnh Linh ñeå khoâng moät chaát ñoäc naøo trong khoâng khí coù theå thaâm nhaäp vaøo thaân theå hoï ñöôïc. Thaäm chí neáu moät ngöôøi sa ngaõ maéc beänh, khi ngöôøi ñoù aên naên vaø töø boû con ñöôøng mình, Ñöùc Chuùa Trôøi seõ ñoát saïch caên beänh vaø chöõa laønh cho nhöõng phaàn bò aûnh höôûng. Ñaây chính laø söï chöõa laønh bôûi "maët trôøi coâng bình."

Y hoïc hieän ñaïi ñaõ phaùt trieån lieäu phaùp chöõa trò

baèng tia cöïc tím, ngaøy hoâm nay ñöôïc söû duïng roäng raõi
ñeå ngaên ngöøa vaø chöõa trò nhieàu loaïi beänh. Tia cöïc tím
coù hieäu quaû raát cao trong vieäc khöû truøng vaø taïo ra
nhöõng thay ñoåi hoùa hoïc trong cô theå. Lieäu phaùp naøy
coù theå tieâu dieät ñeán 99% vi khuaån ruoät keát hình que,
beänh baïch haàu, vi khuaån kieát lî vaø cuõng hieäu quaû ñoái
vôùi beänh lao, beänh coøi xöông, beänh thieáu maùu, beänh
thaáp khôùp vaø beänh veà da. Tuy nhieân, moät phöông phaùp
ñieàu trò höõu hieäu vaø maïnh meõ nhö lieäu phaùp tia cöïc
tím laïi khoâng theå aùp duïng cho moïi caên beänh.

Chæ coù "maët trôøi coâng bình, trong caùnh noù coù söï
chöõa beänh" ñöôïc ghi laïi trong Kinh Thaùnh laø tia quyeàn
naêng coù theå chöõa laønh moïi beänh taät. Nhöõng tia phaùt
ra töø maët trôøi coâng bình coù theå ñöôïc duøng ñeå chöõa
laønh moïi loaïi beänh taät vaø bôûi vì noù coù theå taùc ñoäng
cho moïi ngöôøi, neân caùch maø Ñöùc Chuùa Trôøi chöõa
laønh thaät söï ñôn giaûn maø troïn veïn, vaø toát nhaát veà
baûn chaát.

Khoâng laâu sau khi Hoäi Thaùnh toâi ñöôïc thaønh laäp,
moät beänh nhaân treân bôø vöïc söï cheát vaø traõi qua söï ñau
ñôùn toät cuøng do beänh baïi lieät vaø ung thö ñeán gaëp toâi
treân moät caùi caùng. Anh ta khoâng noùi ñöôïc bôûi vì löôõi
cuûa anh ñaõ bò cöùng ñôø vaø khoâng theå cöû ñoäng thaân
theå bôûi vì toaøn thaân anh ñaõ bò baïi lieät. Vì caùc baùc só
ñaõ boù tay, vôï cuûa beänh nhaân, ngöôøi tin vaøo quyeàn
naêng cuûa Ñöùc Chuùa Trôøi, ñaõ thuùc giuïc choàng baø

ñaàu phuïc Ngaøi. Luùc nhaän bieát raèng caùch duy nhaát ñeå duy trì söï soáng cuûa anh laø baùm chaët vaø caàu xin Ñöùc Chuùa Trôøi, beänh nhaân naøy coù gaéng thôø phöôïng Chuùa ngay caû khi anh phaûi naèm vaø vôï anh cuõng khaån thieát keâu caàu trong ñöùc tin vaø tình yeâu. Khi toâi thaáy ñöùc tin cuûa hai ngöôøi toâi cuõng caàu nguyeän nhieät thaønh cho anh ta. Chaúng bao laâu sau, ngöôøi beänh laø ngöôøi töøng baét boû vôï mình vì chò tin nôi Chuùa Gieâ-xu giôø ñaõ aên naên vaø xeùt naùt loøng mình, vaø Ñöùc Chuùa Trôøi ñaõ phaùt ra tia chöõa laønh, ñoát thaân theå anh baèng löûa cuûa Ñöùc Chuùa Trôøi, vaø taåy saïch thaân theå anh. Ha-leâ-lu-gia! Khi nguyeân nhaân cô baûn gaây ra beänh taät bò ñoát saïch, anh ta nhanh choùng bieát ñaâu böôùc ñi vaø chaïy, vaø anh ñöôïc khoûe maïnh trôû laïi. Khoâng caàn phaûi noùi cuõng bieát caùc thaønh vieân Hoäi Thaùnh Manmin toân vinh Ñöùc Chuùa Trôøi vaø vui möøng khi kinh nghieäm ñöôïc coâng taùc dieäu kyø naøy cuûa söï chöõa laønh cuûa Chuùa bieát döôøng naøo.

Veà Phaàn Caùc Ngöôøi laø Keû Kính Sôï Danh Ta

Ñöùc Chuùa Trôøi chuùng ta laø Ñöùc Chuùa Trôøi Toái Cao Ñaáng döïng neân moïi vaät trong coõi vuõ truï baèng Lôøi Phaùn cuûa Ngaøi vaø döïng neân con ngöôøi tö buïi ñaát. Keå töø khi Ñöùc Chuùa Trôøi naøy trôû thaønh Cha cuûa chuùng ta, daãu raèng chuùng ta maéc beänh, khi chuùng ta hoaøn toaøn nöông döïa nôi Ngaøi baèng ñöùc tin cuûa chuùng ta, Ngaøi seõ nhìn thaáy vaø nhaän bieát ñöùc tin cuûa chuùng ta vaø vui loøng maø chöõa laønh cho chuùng ta. Khoâng coù ñieàu gì sai traät neáu ñöôïc chöõa laønh trong beänh vieän, nhöng Ñöùc Chuùa Trôøi thích con caùi Ngaøi laø nhöõng ngöôøi tin vaøo söï toaøn tri vaø toaøn quyeàn cuûa Ngaøi, keâu caàu khaån thieát cuøng Ngaøi, nhaän laõnh söï chöõa laønh vaø daâng söï vinh hieån leân cho Ngaøi.

Trong 2 Caùc Vua 20:1-11 laø caâu chuyeän veà EÂ-xeâ-chia, vua cuûa Giu-ña, ngöôøi bò beänh khi quaân A-si-ri xaâm chieám vöông quoác cuûa oâng, nhöng roài oâng nhaän ñöôïc söï chöõa laønh troïn veïn chæ trong ba ngaøy sau khi oâng caàu nguyeän cuøng Ñöùc Chuùa Trôøi vaø maïng soáng oâng ñöôïc keùo daøi theâm möôøi laêm naêm.

Qua Tieân Tri EÂ-sai, Ñöùc Chuùa Trôøi baûo EÂ-xeâ-chia *"Haõy troái laïi cho nhaø ngöôi, vì ngöôi seõ thaùc, chaúng soáng ñöôïc ñaâu"* (2 Caùc Vua 20:1; EÂ-sai 38:1). Noùi caùch khaùc, EÂ-xeâ-chia bò ñònh saün moät aùn töû maø trong ñoù, oâng ñöôïc baûo phaûi chuaån bò cho söï cheát cuûa mình vaø saép xeáp chuyeän quoác gia vaø gia ñình cuûa oâng. Tuy nhieân, ngay laäp töùc EÂ-xeâ-chia quay uùp maët voâ töôøng vaø caàu nguyeän cuøng Ñöùc Gieâ-hoâ-va (2 Caùc Vua 20:2). Vua naõ nhaän ra raèng beänh taät laø haäu quaû cuûa moái lieân heä giöõa oâng vôùi Ñöùc Chuùa Trôøi, oâng khoâng mong ñeán moïi söï, vaø kieân quyeát caàu nguyeän.

Khi EÂ-xeâ-chia caàu nguyeän cuøng Ñöùc Chuùa Trôøi khaån thieát vaø tuoân ñoå nöôùc maét, Ngaøi phaùn vaø höùa cuøng vua raèng: *"Gieâ-hoâ-va Ñöùc Chuùa Trôøi cuûa Ña-vít, toå ngöôi, phaùn nhö vaày: Ta ñaõ nghe lôøi caàu nguyeän cuûa ngöôi, ñaõ thaáy nöôùc maét ngöôi. Naày, ta seõ theâm cho ngöôi möôøi laêm tuoåi. Ta seõ giaûi cöùu ngöôi cuøng thaønh naày khoûi tay vua A-si-ri, vaø ta seõ binh vöïc thaønh nay"* (EÂ-sai 38:5-6). Chuùng ta cuõng coù theå giaû ñònh ñöôïc EÂ-xeâ-chia ñaõ haún phaûi khaån thieát vaø nhieät thaønh caàu nguyeän ñeán ñaâu khi Ñöùc Chuùa Trôøi baûo vôùi oâng: "Ta ñaõ nghe lôøi caàu nguyeän cuûa ngöôi, ñaõ thaáy nöôùc maét ngöôi."

Ñöùc Chuùa Trôøi Ñaáng nhaäm lôøi caàu xin cuûa EÂ-xeâ-chia ñaõ hoaøn toaøn chöõa laønh cho võ vua ñeå oâng coù theå ñi leân ñeàn thôø cuûa Ñöùc Chuùa Trôøi trong ba ngaøy. Hôn theá nöõa, Ñöùc Chuùa Trôøi ñaõ keùo daøi söï soáng cuûa EÂ-xeâ-chia theâm möôøi laêm naêm nöõa vaø, trong suoát quaõng ñôøi coøn laïi cuûa EÂ-xeâ-chia, oâng giöõ ñöôïc thaønh Gieâ-ru-sa-lem an toaøn tröôùc söï ñe doïa cuûa quaân A-si-ri.

Vì EÂ-xeâ-chia ñaõ nhaän bieát roõ raèng vaán ñeà soáng hay cheát cuûa moät ngöôøi laø ôû döôùi söï teå trò cuûa Ñöùc Chuùa Trôøi, neân caàu nguyeän cuøng Ñöùc Chuùa Trôøi laø ñieàu quan troïng baäc nhaát ñoái vôùi oâng. Ñöùc Chuùa Trôøi ñaõ vui thích nôi taám loøng khieâm haï vaø ñöùc tin cuûa EÂ-xeâ-chia, neân ñaõ höùa ban söï chöõa laønh cho vua, vaø khi EÂ-xeâ-chia tìm kieám daáu hieäu cuûa söï chöõa laønh, Ngaøi thaäm chí coøn laøm cho caùi boùng ñaõ roïi treân traéc aûnh A-cha luøi laïi möôøi ñoä (2 Caùc Vua 20:11). Ñöùc Chuùa Trôøi chuùng ta laø Ñöùc Chuùa Trôøi cuûa söï chöõa laønh vaø laø moät Ngöôøi Cha raát chu ñaùo, Ñaáng ban cho nhöõng ai tìm kieám.

Traùi laïi, chuùng ta thaáy trong 2 Söû-kyù 16:12-13 raèng: *"Naêm thöù ba möôi chín ñôøi A-sa trò vì, A-sa bò ñau chaân, ñaùn ñoãi naëng laém; trong côn bònh ngöôøi khoâng tìm kieám Ñöùc Gieâ-hoâ-va, nhöng tìm kieám nhöõng thaày thuoác. A-sa an giaác cuøng toå phuï ngöôøi, baêng haø naêm thöù boán möôi moát ñôøi ngöôøi trò vì."* Khi vöøa môùi leân ngoâi, *"A-sa laøm ñieàu thieän tröôùc maët Ñöùc Gieâ-hoâ-va, y nhö Ña-vít, toå-phuï ngöôøi, ñaõ laøm"* (1 Caùc Vua 15:11). Luùc ñaàu oâng laø moät ngöôøi cai trò khoân ngoan nhöng daàn daàn oâng maát ñi nieàm tin nôi Chuùa vaø baét ñaàu döïa vaøo con ngöôøi, neân vua khoâng nhaän ñöôïc söï giuùp ñôõ cuûa Ñöùc Chuùa Trôøi.

Khi Ba-eâ-sa, vua cuûa Y-sô-ra-eân, ñi ñaùnh Giu-ña, A-sa nhôø caäy vaøo Beân-ha-ñaùt, vua cuûa A-ram, khoâng nhôø vaøo Ñöùc Chuùa Trôøi. Vì A-sa naøy ñaõ ñöôïc ñaáng tieân kieán Ha-na-nia chæ trích, nhöng oâng khoâng chòu xaây boû ñöôøng mình vaø thay vaøo ñoù ñaõ giam caàm ñaáng tieân kieán vaø coøn hao hieáp daân söï cuûa oâng (2 Söû-kyù 16:7-10).

Tröôùc khi A-sa baét ñaàu nhôø caäy vaøo vua A-ram, Ñöùc

Chuùa Trôøi can thieäp vaøo ñoäi quaân cuûa A-ram ñeå maø quaân ñoù khoâng theå ñi ñaùnh Giu-ña. Töø luùc vua A-sa nhôø vaøo vua A-ram thay vì nhôø caäy Ñöùc Chuùa Trôøi cuûa oâng, vua Giu-ña khoâng coøn nhaän ñöôïc baát kyø söï giuùp ñôõ naøo cuûa Ngaøi nöõa. Hôn theá nöõa, Ngaøi cuõng khoâng theå vui veû A-sa ngöôøi tìm kieám söï giuùp ñôõ cuûa nhöõng thaày thuoác hôn laø tìm kieám Ñöùc Chuùa Trôøi. Ñaáy laø lyù do vì sao A-sa cheát chæ sau hai naêm oâng bò hình phaït bôûi caên beänh ñau chaân. Daàu raèng A-sa tuyeân xöng ñöùc tin oâng nôi Chuùa, bôûi vì oâng khoâng baøy toû vieäc laøm cuûa ñöùc tin vaø lô laø trong vieäc keâu caàu cuøng Ñöùc Chuùa Trôøi, Ñöùc Chuùa Trôøi Toái Cao khoâng theå laøm gì giuùp vua.

Tia chöõa laønh töø Ñöùc Chuùa Trôøi coù theå chöõa laønh moïi loaïi beänh taät ñaõ ngöôøi queø coù theå ñöùng daäy vaø böôùc ñi, ngöôøi muø baét ñaàu nhìn thaáy, keû ñieác ñöôïc nghe, vaø ngöôøi cheát ñöôïc soáng laïi. Vì theá, bôûi vì Ñöùc Chuùa Trôøi Ñaáng Chöõa Laønh coù quyeàn naêng khoâng giôùi haïn, tính ngaët ngheøo cuûa beänh taät khoâng quan troïng. Töø moät caên beänh nhoû nhö moät beänh cuûm ñoái vôùi moät ngöôøi cho ñeán nhöõng caên beänh ngaët ngheøo nhö ung thö, vì Ñöùc Chuùa Trôøi laø Ñaáng chöõa laønh neân taát caû caùc caên beänh ñeàu nhö nhau. Ñieàu quan troïng hôn ñoù laø chuùng ta ñeán tröôùc Ñöùc Chuùa Trôøi baèng taám loøng naøo: taám loøng ñoù gioáng nhö cuûa

A-sa hay cuûa EÂ-xeâ-chia.

Nguyeän raèng baïn tieáp nhaän Ñöùc Chuùa Gieâ-xu Christ, nhaân laõnh söï nhaäm lôøi cho nan ñeà toäi loãi, ñöôïc xöng coâng chính bôûi ñöùc tin, laøm Ñöùc Chuùa Trôøi vui loøng vôùi moät taám loøng vaø ñöùc tin khieâm haï keøm theo vôùi vieäc laøm nhö vieäc laøm cuûa EÂ-xeâ-chia, nhaän laõnh söï chöõa laønh cho taát caû moïi loaïi beänh taät, vaø luoân luoân soáng moät cuoäc soáng khoûe maïnh. Toâi caàu nguyeän trong Danh cuûa Ñöùc Chuùa Trôøi chuùng ta!

Chöông 2

Ngööi Coù Muoán Laønh Chaêng?

Giaêng 5:5-6

Nôi ñoù, coù moät ngöôøi bò bònh ñaõ ñöôïc ba möôi taùm naêm. Ñöùc Chuùa Jeâsus thaáy ngöôøi naèm, bieát raèng ñau ñaõ laâu ngaøy, thì phaùn: Ngöôi coù muoán laønh chaêng?

Ngöôi Coù Muoán Laønh Chaêng?

Coù nhieàu tröôøng hôïp khaùc nhau maø ngöôøi ta, laø nhöõng ngöôøi tröôùc ñoù chöa töøng bieát ñeán Ñöùc Chuùa Trôøi, ñaõ tìm kieám vaø ñeán tröôùc Ngaøi. Moät soá ngöôøi ñeán vôùi Ngaøi nhö laø hoï ñi theo löông taâm cuûa hoï trong khi nhöõng ngöôøi khaùc ñeán gaëp Ngaøi sau khi ñöôïc truyeàn giaûng. Moät soá ngöôøi khaùc laïi ñeán tìm gaëp Ñöùc Chuùa Trôøi sau khi kinh nghieäm chuû nghóa hoaøi nghi trong cuoäc soáng qua nhöõng thaát baïi trong kinh doanh hoaëc gia ñình baát hoøa. Coøn coù nhöõng ngöôøi ñeán tröôùc Ngaøi vôùi moät taám loøng khaån naøi sau khi phaûi chòu söï ñau ñôùn veà theå xaùc hay noãi sôï haõi söï cheát.

Nhö ngöôøi queø ñaõ kinh nghieäm noãi ñau trong suoát ba möôi taùm naêm caïnh ao Beâ-teát-ña ñaõ laøm, neá hoaøn toaøn phoù thaùc caên beänh cuûa baïn cho Ñöùc Chuùa Trôøi vaø nhaän laõnh söï chöõa laønh, baïn phaûi khao khaùt söï chöõa laønh treân heát moïi thöù khaùc.

Taïi Gieâ-ru-sa-lem gaàn Cöûa Chieân, coù moät caùi ao trong tieáng Hy-baù-lai goïi laø "Beâ-teát-ña." Noù ñöôïc bao quanh bôûi naêm caùi voøm cöûa, nôi maø nhöõng ngöôøi muø, queø, vaø baïi lieät taäp trung vaøo naêm ñoù bôûi coù vì truyeàn thuyeát raèng thænh thoaûng, coù moät thieân söù cuûa Ñöùc Chuùa Trôøi giaùng xuoáng trong ao, laøm khuaáy ñoäng nöôùc. Ngöôøi ta cuõng tin raèng heã ngöôøi naøu tieân böôùc xuoáng ao sau khi moãi laàn nöôùc khuaáy ñoäng trong ao, maø teân ao coù nghóa laø "Nhaø cuûa söï Thöông Xoùt," thì ngöôøi ñoù seõ ñöôïc chöõa laønh khoûi baát kyø beänh gì maø ngöôøi maéc phaûi.

Vaøo luùc thaáy moät ngöôøi baïi ba möôi taùm naêm naèm beân hoà, vaø sau khi ñaõ bieát ngöôøi naøy phaûi chòu khoå trong bao laâu, Ñöùc Chuùa Gieâ-xu hoûi anh ta: *"Ngöôi coù muoán laønh chaêng?"* Ngöôøi traû lôøi: *"Laïy Chuùa, toâi chaúng coù ai ñeå quaêng toâi xuoáng ao trong khi nöôùc ñoäng; luùc toâi ñi ñeán, thì keû khaùc ñaõ xuoáng ao tröôùc toâi roài"* (Giaêng 5:7). Qua vieäc naøy, ngöôøi ñaøn oâng aáy ñaõ xöng nhaän vôùi Chuùa raèng daàu anh raát khao khaùt ñöôïc chöõa laønh, nhöng anh khoâng theå töï mình ñeán ñöôïc. Chuùa cuûa chuùng ta ñaõ thaáy taám loøng cuûa ngöôøi ñaøn oâng naøy, vaø phaùn cuøng anh ta: *"Haõy ñöùng daäy, vaùc giöôøng ngöôi maø ñi,"* vaø ngay laäp töùc ngöôøi ñaøn oâng ñaõ ñöôïc chöõa laønh: anh ta ñöùng daäy, vaùc giöôøng vaø böôùc ñi (Giaêng 5:8).

Baïn phaûi tieáp nhaän Ñöùc Chuùa Gieâ-xu Christ

Khi ngöôøi ñaøn oâng töøng bò baïi suoát ba möôi taùm naêm gaëp Ñöùc Chuùa Gieâ-xu Christ, anh ta nhaän ñöôïc söï chöõa laønh ngay laäp töùc. Khi anh tin nhaän Chuùa Gieâ-xu Christ, nguoàn cuûa söï soáng thaät, ngöôøi ñaøn oâng naøy ñöôïc tha thöù moïi toäi loãi vaø ñöôïc chöõa laønh khoûi beänh.

Coù ai trong caùc baïn ñang ôû trong noãi thoáng khoå bôûi beänh taät cuûa mình? Neáu baïn ñang phaûi chòu khoå vì beänh taät vaø muoán ñeán tröôùc Chuùa vaø nhaän ñöôïc söï chöõa laønh, tröôùc heát baïn phaûi tin nhaän Ñöùc Chuùa Gieâ-xu Christ, trôû thaønh con caùi Ñöùc Chuùa Trôøi, vaø nhaän ñöôïc söï tha thöù ñeå loaïi boû baát kyø vaät caûn naøo giöõa baïn vaø Ñöùc Chuùa Trôøi. Sau ñoù baïn phaûi tin raèng vì Ñöùc Chuùa Trôøi laø Ñaáng toaøn tri vaø toaøn naêng, neân Ngaøi coù theå thöïc hieän baát kyø pheùp laï naøo. Baïn cuõng phaûi tin raèng chuùng ta ñöôïc giaûi cöùu khoûi moïi beänh taät bôûi laèn roi cuûa Chuùa Gieâ-xu chòu, vaø raèng khi baïn tìm kieám trong Danh cuûa Ñöùc Chuùa Gieâ-xu Christ thì baïn seõ nhaän ñöôïc söï chöõa laønh.

Khi chuùng ta caàu xin vôùi ñöùc tin theá naøy, Ñöùc Chuùa Trôøi seõ nghe lôøi caàu nguyeän bôûi ñöùc tin vaø baøy toû coâng taùc chöõa laønh. Baát keå beänh taät cuûa baïn keùo daøi bao laâu hoaëc hieåm ngheøo ñeán ñaâu, phaûi chaéc chaén raèng baïn phoù thaùc moïi nan ñeà vaø beänh taät cho Ñöùc Chuùa Trôøi, nhôù raèng baïn coù theå trôû neân troïn veïn laàn nöõa ngay laäp töùc khi Ñöùc Chuùa Trôøi cuûa quyeàn naêng chöõa laønh cho baïn.

Khi ngöôøi baïi trong Maùc 2:3-12 laàn ñaàu tieân nghe raèng Chuùa Gieâ-xu ñaõ ñeán thaønh Ca-beâ-na-um, ngöôøi ñaøn oâng aáy muoán ñeán tröôùc Ngaøi. Khi nghe tin veà vieäc Chuùa Gieâ-xu chöõa laønh nhieàu ngöôøi vôùi nhöõng caên beänh khaùc nhau, ñuoåi taø ma, vaø chöõa laønh ngöôøi phung, ngöôøi baïi naøy nghó raèng neáu anh ta tin anh ta cuõng coù theå nhaän ñöôïc söï chöõa laønh. Khi ngöôøi baïi nhaän ra raèng anh ta khoâng theå ñeán gaàn Chuùa Gieâ-xu bôûi vì ñaùm ñoâng ñaõ nhoùm laïi, vôùi söï giuùp ñôõ cuûa caùc baïn anh, anh doû maùi nhaø nôi maø Chuùa Gieâ-xu ñang ôû, vaø chieác giöôøng maø anh ñang naèm ñöôïc doøng xuoáng tröôùc Chuùa Gieâ-xu.

Baïn coù theå töôûng töôïng ñöôïc ngöôøi baïi naøy ñaõ ao öôùc ñöôïc ñeán tröôùc Chuùa Gieâ-xu nhieàu bao nhieâu ñeán möùc phaûi laøm nhöõng vieäc nhö theá naøy? Ñöùc Chuùa Gieâ-xu ñaõ phaûn öùng nhö theá naøo khi ngöôøi baïi, ngöôøi khoâng theå ñi töø nôi naøy ñeán nôi khaùc vaø khoâng theå ñi xung quanh bôûi ñaùm ñoâng, ñaõ baøy toû ñöùc tin vaø söï coáng hieán vôùi söï giuùp ñôõ cuûa caùc baïn anh? Chuùa Gieâ-xu khoâng maéng ngöôøi baïi vì haønh ñoäng thoá loä cuûa anh nhöng thay vaøo ñoù, Ngaøi phaùn cuøng anh raèng: *"Hôõi con, toäi loãi ngöôi ñaõ ñöôïc tha,"* vaø cho pheùp anh ñöùng daäy vaø böôùc ñi ngay laäp töùc.

Trong Chaâm Ngoân 8:17 Ñöùc Chuùa Trôøi daïy chuùng ta: *"Ta yeâu meán nhöõng ngöôøi yeâu meán ta, phaøm ai tìm kieám ta seõ gaëp ta."* Neáu baïn muoán ñöôïc giaûi phoùng khoûi noãi thoáng khoå cuûa beänh taät, baïn tröôùc heát phaûi khaùn thieát khaùt khao söï chöõa laønh, tin vaøo quyeàn naêng cuûa Ñöùc Chuùa Trôøi coù theå giaûi quyeát vaán ñeà beänh taät, vaø tieáp nhaän Ñöùc Chuùa Gieâ-xu Christ.

Baïn Phaûi Phaù Huûy Böùc Töôøng Toäi Loãi

Baát keå baïn tin nhieàu bao nhieâu, baïn coù theå ñöôïc chöõa laønh bôûi quyeàn naêng cuûa Ñöùc Chuùa Trôøi, Ngaøi khoâng theå haønh ñoäng trong baïn neáu coù moät böùc töôøng toäi loãi giöõa baïn vaø Ñöùc Chuùa Trôøi.

Ñaáy laø vì sao trong EÂ-sai 1:15-17, Ñöùc Chuùa Trôøi phaùn cuøng chuùng ta: *"Vaäy neân, khi caùc ngöôi giô tay, thì ta che maét khoûi caùc ngöôi. Khi caùc ngöôi caàu nguyeän röôøm raø, ta chaúng theøm nghe. Tay caùc ngöôi ñaày nhöõng maùu. Haõy röûa ñi, haõy laøm cho saïch! Haõy traùnh nhöõng vieäc aùc khoûi tröôùc maét ta. Ñöøng laøm döõ nöõa. Haõy hoïc laøm laønh, tìm kieám söï coâng bình; haõy ñôõ ñaàn keû bò haø hieáp, laøm coâng bình cho keû moà coâi, binh vöïc leõ cuûa ngöôøi goùa buïa,"* vaø sau ñoù tieáp theo caâu 18 Ngaøi höùa: *"Baây giôø haõy ñeán, cho chuùng ta bieän luaän cuøng nhau. Daàu toäi caùc ngöôi nhö hoàng ñieàu, seõ trôû neân traéng nhö tuyeát; daàu ñoû nhö son, seõ trôû neân traéng nhö loâng chieân."*

Chuùng ta cuõng thaáy ñieàu sau trong EÂ-sai 59:1-3:

"Naày, tay Ñöùc Gieâ-hoâ-va chaúng trôû neân ngaén maø khoâng cöùu ñöôïc; tai Ngaøi cuõng

chaúng naëng neà maø khoâng nghe ñöôïc ñaâu. Nhöng aáy laø söï gian aùc caùc ngöôi laøm xa caùch mình vôùi Ñöùc Chuùa Trôøi; vaø toäi loãi caùc ngöôi ñaõ che khuaát maët Ngaøi khoûi caùc ngöôi, ñeán noãi Ngaøi khoâng nghe caùc ngöôi nöõa. Vì tay caùc ngöôi ñaõ oâ ueá bôûi maùu, ngoùn tay caùc ngöôi ñaõ oâ ueá bôûi toäi aùc; moâi caùc ngöôi noùi doái, löôõi caùc ngöôi laèm baèm söï xaáu xa."

Nhöõng ngöôøi khoâng bieát Ñöùc Chuùa Trôøi vaø khoâng tin nhaän Ñöùc Chuùa Gieâ-xu Christ, vaø ñang soáng theo yù rieâng cuûa hoï seõ khoâng nhaän bieát raèng hoï laø toäi nhaân. Khi ngöôøi ta tin nhaän Ñöùc Chuùa Gieâ-xu Christ laøm Cöùu Chuùa cuûa hoï vaø nhaän laõnh Ñöùc Thaùnh Linh nhö laø moät moùn quaø, Ñöùc Thaùnh Linh seõ caùo traùch theá gian veà toäi loãi vaø söï coâng chính vaø söï phaùn xeùt, vaø hoï seõ nhaän bieát vaø xöng nhaän raèng hoï laø toäi nhaân (Giaêng 16:8-11).

Tuy nhieân, bôûi vì coù nhöõng tröôøng hôïp maø ngöôøi ta khoâng bieát chi tieát toäi loãi laø gì, vì lyù do ñoù khoâng theå töø boû toäi loãi vaø ñieàu aùc trong hoï vaø nhaän laõnh ñöôïc söï ñaùp lôøi töø Ñöùc Chuùa Trôøi, hoï tröôùc heát phaûi bieát ñieàu gì gaây ra toäi loãi trong maét Ngaøi. Vì taát caû beänh taät vaø ñau oám ñeàu ñeán töø toäi loãi, chæ khi naøo baïn nhìn laïi chính mình vaø phaù huûy böùc töôøng toäi loãi thì baïn môùi coù theå kinh nghieäm ñöôïc coâng taùc nhanh choùng cuûa söï chöõa laønh.

Chuùng ta haõy ñaøo saâu xem Kinh Thaùnh daïy chuùng ta ñieàu gì laø toäi loãi vaø laøm theá naøo ñeå chuùng ta coù theå phaù huûy böùc töôøng toäi loãi.

1. Baïn phaûi aên naên vì ñaõ khoâng tin vaøo Ñöùc Chuùa Trôøi vaø khoâng tieáp nhaän Ñöùc Chuùa Gieâ-xu Christ.

Kinh Thaùnh cho chuùng ta bieát raèng söï voâ tín cuûa chuùng ta ñoái vôùi Ñöùc Chuùa Trôøi vaø khoâng tin nhaän Ñöùc Chuùa Gieâ-xu Christ laøm Cöùu Chuùa chính laø toäi loãi (Giaêng 16:9). Nhieàu ngöôøi khoâng tin noùi raèng hoï soáng toát nhöng nhöõng ngöôøi naøy khoâng bieát roõ chính mình bôûi vì hoï khoâng bieát Lôøi cuûa leõ thaät – söï saùng cuûa Ñöùc Chuùa Trôøi – vaø khoâng theå phaân bieät ñieàu ñuùng vaø ñieàu sai.

Ngay caû khi moät ngöôøi töï tin vì ñaõ soáng toát, nhöng khi cuoäc soáng anh ta phaûn aùnh choáng laïi leõ thaät, laø Lôøi cuûa Ñöùc Chuùa Trôøi toái cao Ñaáng ñaõ döïng neân moïi ñieàu trong coõi vuõ truï vaø ñieàu khieån söï soáng, söï cheát, söï ruûa saû, vaø phöôùc laønh, thì nhieàu söï khoâng ngay thaúng vaø khoâng chaân thaät seõ ñöôïc baøy toû. Ñaáy laø vì sao Kinh Thaùnh daïy chuùng ta raèng: *"Chaúng coù moät ngöôøi coâng bình naøo heát, daãu moät ngöôøi cuõng khoâng"* (Rô-ma 3:10), vaø raèng: *"Chaúng coù moät ngöôøi naøo bôûi vieäc laøm theo luaät phaùp maø seõ ñöôïc xöng coâng bình tröôùc maët Ngaøi, vì luaät phaùp cho ngöôøi ta bieát toäi loãi"* (Rô-ma 3:20).

Khi baïn tin nhaän Ñöùc Chuùa Gieâ-xu Christ vaø trôû thaønh con caùi Ñöùc Chuùa Trôøi sau khi baïn aên naên toäi khoâng tin vaøo Ñöùc Chuùa Trôøi vaø tin nhaän Ñöùc Chuùa Gieâ-xu Christ, thì Ñöùc Chuùa Trôøi toái cao seõ trôû thaønh Cha cuûa baïn, vaø nhôø theá baïn seõ nhaän laõnh söï ñaùp lôøi cho baát kyø caên beänh naøo baïn maéc phaûi.

2. Baïn phaûi aên naên vì khoâng yeâu thöông anh em mình.

Kinh Thaùnh daïy chuùng ta raèng: *"Hôõi keû raát yeâu daáu, neáu Ñöùc Chuùa Trôøi ñaõ yeâu chuùng ta döôøng aáy, thì chuùng ta cuõng phaûi yeâu nhau"* (1 Giaêng 4:11). Kinh Thaùnh cuõng nhaéc nhôû chuùng ta raèng chuùng ta phaûi yeâu luoân caû keû thuø nghòch mình (Ma-thi-ô 5:44). Neáu chuùng ta gheùt anh em mình thì chuùng ta ñaõ baát tuaân theo Lôøi cuûa Ñöùc Chuùa Trôøi vaø vì theá chuùng ta ñaõ phaïm toäi.

Vì Chuùa Gieâ-xu ñaõ theå hieän tình yeâu cuûa Ngaøi ñoái vôùi nhaân loaïi ñang soáng trong toäi oã vaø gian aùc baèng caùch chòu ñoùng ñinh treân thaäp töï giaù, neân chæ ñuùng khi chuùng ta yeâu thöông cha meï, con caùi, vaø anh chò em cuûa mình. Thaät khoâng ñuùng trong maét Ñöùc Chuùa

Trôøi khi chuùng ta gheùt vaø khoâng theå tha thöù bôûi vì ñieàu voâ nghóa nhö caûm giaùc khoù chòu vaø hieåu laàm ñoái cuøng nhau.

Trong Ma-thi-ô 18:23-25, Chuùa Gieâ-xu ñöa ra cho chuùng ta caâu chuyeän nguï ngoân sau:

> *Vaäy neân, nöôùc thieân ñaøng gioáng nhö vua kia, muoán tính soå vôùi caùc ñaày tôù mình. Khi vua khôûi soaùt soå, thì coù ngöôøi ñem noäp moät teân kia maéc nôï vua moät vaïn ta-laâng. Bôûi vì ngöôøi chaúng coù gì maø traû, thì chuû daïy baùn ngöôøi, vôï con vaø gia taøi ngöôøi, ñaëng traû nôï. Keû ñaày tôù naày beøn saáp mình xuoáng nôi chaân chuû maø xin raèng: Thöa chuû, xin giaõn cho toâi, thì toâi seõ traû heát! Chuû beøn ñoäng loøng thöông xoùt, thaû ngöôøi veà, vaø tha nôï cho. Nhöng khi ñaày tôù ñoù ra veà, gaëp moät ngöôøi trong baïn laøm vieäc, coù thieáu mình moät traêm ñô-ni-eâ, thì naém boùp coå baïn maø noùi raèng: Haõy traû nôï cho ta! Ngöôøi baïn saáp mình xuoáng maø naøi xin raèng: Xin giaõn cho toâi, thì toâi seõ traû cho anh. Song ngöôøi chaúng khöùng, coù vieäc baét boû tuø cho ñeán khi traû heát nôï. Caùc baïn thaáy vaäy, buoàn laém, ñeán thuaät laïi cuøng chuû mình moïi ñieàu ñaõ xaûy ra. Chuû beøn ñoøi ñaày tôù aáy ñeán maø noùi raèng: Hôõi ñaày tôù ñoäc aùc kia, ta ñaõ tha heát*

> *nôï cho ngöôi, vì ngöôi caàu xin ta; ngöôi haù laïi chaúng neân thöông xoùt baïn laøm vieäc ngöôi nhö ta ñaõ thöông xoùt ngöôi sao? Chuû noåi giaän, phuù nou cho keû giöõ nguïc cho ñeán khi naøo traû xong heát nôï. Neáu moãi ngöôøi trong caùc ngöôi khoâng heát loøng tha loãi cho anh em mình, thì Cha ta ôû treân trôøi cuõng seõ xöû vôùi caùc ngöôi nhö vaäy.*

Daàu raèng chuùng ta ñaõ nhaän ñöôïc söï tha thöù vaø aân ñieån cuûa Ñöùc Chuùa Trôøi, haù chaúng phaûi chuùng ta khoâng theå hay khoâng saün saøng boû qua loãi laàm vaø thieáu soùt cuûa anh em mình, nhöng thay vaøo ñoù laïi coù khuynh höôùng phaùt trieån söï ganh ñua, taïo thuø oaùn, böïc boäi vaø khieâu khích laãn nhau hay sao?

Ñöùc Chuùa Trôøi daïy chuùng ta raèng: *"Ai gheùt anh em mình, laø keû gieát ngöôøi; anh em bieát raèng chaúng moät keû naøo gieát ngöôøi coù söï soáng ñôøi ñôøi ôû trong mình"* (1 Giaêng 3:15), *"neáu moãi ngöôøi trong caùc ngöôi khoâng heát loøng tha loãi cho anh em mình, thì Cha ta ôû treân trôøi cuõng seõ xöû vôùi caùc ngöôi nhö vaäy"* (Ma-thi-ô 18:35), vaø khuyeân chuùng ta khoâng neân *"oaùn traùch nhau, haàu cho khoûi bò xeùt ñoaùn; kìa, Ñaáng xeùt ñoaùn ñöùng tröôùc cöûa"* (Gia-cô 5:9).

Chuùng ta phaûi nhaän thöùc raèng neáu chuùng ta khoâng yeâu maø laïi gheùt anh em mình, thì chuùng ta cuõng phaïm toäi nöõa, vaø chuùng ta seõ khoâng ñöôïc ñoå ñaày Ñöùc

Thaùnh Linh nhöõng troâ neân öu phieàn. Vì theá, daãu anh em chuùng ta gheùt vaø laøm chuùng ta thaát voïng, chuùng ta cuõng khoâng ñöôïc gheùt hoï laïi vaø laøm hoï thaát voïng nhöng thay vaøo ñoù hay giöõ gìn taám loøng chuùng ta baèng leõ thaät, haõy hieåu vaø tha thöù cho hoï. Loøng chuùng ta phaûi daâng lôøi caàu thay trong tình yeâu cho nhöõng anh chò em nhö theá. Khi chuùng ta thoâng hieåu, tha thöù vaø yeâu thöông laãn nhau vôùi söï giuùp ñôõ cuûa Ñöùc Thaùnh Linh, thì Ñöùc Chuùa Trôøi cuõng seõ baøy toû cho chuùng ta söï caûm thoâng vaø söï thöông xoùt cuûa Ngaøi, vaø baøy toû coâng taùc chöõa laønh.

3. Baïn phaûi aên naên neáu baïn ñaõ caàu nguyeän vôùi loøng tham.

Khi Chuùa Gieâ-xu chöõa laønh moät ñöùa treû bò taø linh aùm, caùc moân ñeä Ngaøi hoûi Ngaøi: *"Sao chuùng toâi ñuoåi quyû aáy khoâng ñöôïc?"* (Maùc 9:28 Chuùa Gieâ-xu ñaùp: *"Neáu khoâng caàu nguyeän, thì chaúng ai ñuoåi thöù quyû aáy ra ñöôïc"* (Maùc 9:29).

Ñeå nhaän ñöôïc söï chöõa laønh ôû moät möùc ñoä nhaát ñònh, lôøi caàu nguyeän vaø caàu xin phaûi ñöôïc trình daâng leân. Tuy nhieân, nhöõng lôøi caàu nguyeän theo yù thích caù nhaân seõ khoâng ñöôïc ñaùp lôøi bôûi vì Ñöùc Chuùa Trôøi khoâng öa thích nhöõng lôøi caàu nguyeän nhö theá. Ñöùc Chuùa Trôøi ñaõ ra meänh leänh cho chuùng ta: *"Hoaëc aên,* hoaëc uoáng, hay laø laøm söï chi khaùc, haõy vì söï vinh hieån Ñöùc Chuùa Trôøi maø laøm" (1 Coâ-rinh-toâ 10:31). Vì theá, muïc ñích cuûa vieäc hoïc haïnh vaø thaønh ñaït hay coù quyeàn löïc cuûa chuùng ta ñeàu phaûi vì vinh hieån cuûa Ñöùc Chuùa Trôøi. Chuùng ta thaáy trong Gia-cô 4:2-3 cheùp: *"Anh em tham muoán maø chaúng ñöôïc chi; anh em gieát ngöôøi vaø ghen gheùt maø chaúng ñöôïc vieäc gì heát; anh em coù söï tranh caïnh vaø chieán ñaáu; anh em chaúng ñöôïc chi, vì khoâng caàu xin. Anh em caàu xin maø khoâng nhaän laõnh ñöôïc, vì caàu xin traùi leõ, ñeå duøng trong tö duïc mình."*

Caàu xin ñöôïc laønh ñeå duy trì cuoäc soáng khoûe maïnh laø vì vinh hieån cuûa Ñöùc Chuùa Trôøi; baïn seõ nhaän söï nhaäm lôøi khi baïn caàu xin ñieàu ñoù. Tuy nhieân, neáu baïn khoâng nhaän ñöôïc söï chöõa laønh daàu khi baïn ñaõ caàu xin, aáy laø bôûi vì coù theå baïn ñang tìm kieám ñieàu gì khoâng xöùng hieäp vôùi leõ thaät maëc daàu Ñöùc Chuùa Trôøi muoán ban cho baïn nhöõng ñieàu lôùn lao hôn gaáp nhieàu laàn.

Ñöùc Chuùa Trôøi seõ vui thích noï lôøi caàu xin nhö theá naøo? Nhö Chuùa Gieâ-xu ñaõ daïy chuùng ta trong Ma-thi-ô 6:33 raèng: *"Nhöng tröôùc heát, haõy tìm kieám nöôùc Ñöùc Chuùa Trôøi vaø söï coâng bình cuûa Ngaøi, thì Ngaøi seõ cho theâm caùc ngöôi moïi ñieàu aáy nöõa,"* thay vì lo laéng veà côm aên, aùo maëc, vaø nhöõng ñieàu nhö theá, chuùng ta phaûi laøm vui loøng Ñöùc Chuùa Trôøi tröôùc heát baèng caùch daâng lôøi caàu nguyeän cho vöông quoác vaø söï coâng chính cuûa Ngaøi, vaø caàu nguyeän cho vieäc truyeàn giaùo vaø thaùnh hoaù. Chæ khi ñoù Ñöùc Chuùa Trôøi môùi nhaäm lôøi cho nhöõng ao öôùc cuûa loøng baïn vaø ban söï chöõa laønh hoaøn toaøn cho caên beänh cuûa baïn.

4. Baïn phaûi aên naên neáu baïn ñaõ caàu nguyeän trong söï hoaøi nghi.

Ñöùc Chuùa Trôøi vui loøng vôùi lôøi caàu nguyeän baèy toû ñöùc tin. Veà ñieàu naøy, chuùng ta thaáy trong Heâ-bô-rô 11:6: *"Vaû, khoâng coù ñöùc tin, thì chaúng heà coù theå naøo ôû cho ñeïp yù Ngaøi; vì keû ñeán gaàn Ñöùc Chuùa Trôøi phaûi tin raèng coù Ñöùc Chuùa Trôøi, vaø Ngaøi laø Ñaáng hay thöôûng cho keû tìm kieám Ngaøi."* Toâng töï nhö theá, Gia-cô 1:6-7 nhaéc nhôû chuùng ta: *"Nhöng phaûi laáy ñöùc tin maø caàu xin, chôù nghi ngôø; vì keû hay nghi ngôø gioáng nhö soùng bieån, bò gioù ñoäng vaø ñoäng ñi ñaây ñi ñoù. Ngöôøi nhö theá chôù neân töôûng mình laõnh ñöôïc vaät chi töø nôi Chuùa."*

Nhöõng lôøi caàu nguyeän ñöôïc daâng leân trong söï nghi ngôø bieåu thò söï voâ tín cuûa moät ngöôøi ñoái vôùi Ñöùc Chuùa Trôøi toái cao, laøm ô nhuïc quyeàn naêng cuûa Ngaøi, vaø laøm cho Ngaøi trôû neân moät Ñöùc Chuùa Trôøi khoâng coù khaû naêng. Baïn phaûi aên naên ngay, haõy hoïc theo caùc toå phuï ñöùc tin, vaø caàu nguyeän kieân trì vaø nhieät thaønh ñeå ñaït ñeán ñöùc tin maø baïn coù theå tin töø trong loøng.

Nhieàu laàn trong Kinh Thaùnh, chuùng ta thaáy raèng Chuùa Gieâ-xu yeâu meán nhöõng ngöôøi coù ñöùc tin lôùn, Ngaøi choïn löïa hoï laøm caùc nhaân söï cuûa Ngaøi, vaø chuyeån giao chöùc vuï cuûa Ngaøi qua vaø vôùi hoï. Khi ngöôøi ta khoâng theå baøy toû ñöùc tin cuûa hoï, thì Chuùa Gieâ-xu quôû traùch hoï, caû ñeán caùc moân ñoà Ngaøi, veà vieäc hoï ít ñöùc tin (Ma-thi-ô 8:23-27), nhöng Ngaøi khen ngôïi vaø yeâu thöông nhöõng ngöôøi coù ñöùc tin lôùn, ngay caû neáu hoï laø ngöôøi ngoaïi bang (Ma-thi-ô 8:10).

Baïn caàu nguyeän nhö theá naøo vaø baïn coù loaïi ñöùc tin naøo?

Thaày ñoäi trong Ma-thi-ô 8:5-12 ñeán gaëp Chuùa Gieâ-xu vaø xin Ngaøi chöõa laønh cho moät ñaày tôù, ngöôøi ñang naèm lieät ôû nhaø vaø phaûi chòu khoå nhieàu. Khi Chuùa Gieâ-xu baûo thaày ñoäi: *"Ta seõ ñeán, chöõa cho noù ñöôïc laønh."* Thaày ñoäi traû lôøi: *"Laïy Chuùa, toâi chaúng ñaùng röôùc Chuùa vaøo nhaø; xin Chuùa chæ phaùn moät lôøi, thì ñaày tôù toâi seõ ñöôïc laønh,"* vaø baøy toû cho Chuùa Gieâ-xu thaáy ñöùc tin lôùn cuûa oâng. Luùc nghe lôøi noùi cuûa thaày ñoäi, Chuùa Gieâ-xu vui loøng vaø khen oâng: *"Ta chöa heà thaáy ai trong daân Y-sô-ra-eân coù ñöùc tin lôùn döôøng aáy."* Ngöôøi ñaày tôù cuûa thaày ñoäi naøo ñöôïc chöõa laønh ngay giôø ñoù.

Trong Maùc 5:21-43 ghi laïi tröôøng hôïp cuûa moät coâng taùc dieäu kyø cuûa söï chöõa laønh. Khi Chuùa Gieâ-xu ñi doïc bôø biealn, moät trong nhöõng ngöôøi cai nhaø hoäi teân laø Giai-ru ñeán vôùi Ngaøi vaø gieo mình nôi chaân Ngaøi. Giai-ru naøi xin Chuùa Gieâ-xu raèng: *"Con gaùi nhoû toâi gaàn cheát; xin Chuùa ñeán, ñaët tay treân noù, ñaëng noù laønh maïnh vaø soáng."*

Khi Chuùa Gieâ-xu ñang ñi cuøng vôùi Giai-ru, moät phuï nöõ bò beänh maát huyeát ñaõ möôøi hai naêm ñeán gaëp Ngaøi. Baø ñaõ phaûi chòu khoå sôû trong tay nhieàu thaày thuoác vaø ñaõ hao toån heát tieàn cuûa, nhöng thay vì khoeû hôn, baø laïi caøng beänh naëng hôn.

Ngöôøi phuï nöõ naøy ñaõ nghe raèng Chuùa Gieâ-xu ñang ôû gaàn, vaø ôû giöõa moät ñaùm ñoâng ñi theo Ngaøi, baø chaïy ñeán phía sau Ngaøi vaø rôø vaøo aùo choaøng cuûa Ngaøi. Vì baø tin raèng: *"Neáu ta chæ rôø ñeán aùo Ngaøi maø thoâi, thì ta seõ ñöôïc laønh,"* khi baø ñaët tay leân aùo cuûa Chuùa Gieâ-xu, ngay laäp töùc huyeát laäu lieàn caàm laïi; vaø baø caûm thaáy trong cô theå baø ñaõ ñöôïc chöõa laønh beänh. Ngay laäp töùc, Chuùa Gieâ-xu caûm nhaän quyeàn naêng töø Ngaøi ñaõ phaùt ra, Ngaøi beøn xaây laïi ñaùm ñoâng vaø hoûi: *"Ai rôø ñeán ta?"* Khi ngöôøi ñaøn baø thoå loä söï thaät, Chuùa Gieâ-xu phaùn cuøng baø: *"Hôõi con gaùi ta, ñöùc tin con ñaõ cöùu con; haõy ñi cho bình an vaø ñöôïc laønh bònh."* Ngaøi ban cho ngöôøi ñaøn baø naøy caû söï cöùu roãi laãn phöôùc haïnh cuûa söùc khoeû.

Luùc aáy, ngöôøi nhaø Giai-ru ñeán vaøo baùo: *"Con gaùi oâng ñaõ cheát roài."* Chuùa Gieâ-xu baûo ñaûm vôùi Giai-ru vaø baûo cuøng oâng: *"Ñöøng sôï, chæ tin maø thoâi,"* vaø Ngaøi tieáp tuïc ñi ñeán nhaø Giai-ru. Taïi ñoù, Chuùa Gieâ-xu baûo vôùi moïi ngöôøi: *"Ñöùa treû chaúng phaûi cheát, song noù nguû,"* vaø Ngaøi phaùn cuøng ñöùa treû, *"'Ta-li-tha Cu-mi;' nghóa laø: 'Hôõi con gaùi nhoû, ta truyeàn cho maày, haõy choã daäy.'"* Ñöùa treû ñöùng daäy vaø laäp töùc böôùc ñi.

Haõy tin raèng khi baïn caàu xin baèng ñöùc tin, ngay caû moät caên beänh hieåm ngheøo vaãn coù theå ñöôïc chöõa laønh vaø ngöôøi cheát coù theå ñöôïc soáng laïi. Neáu baïn ñaõ caàu nguyeän trong söï hoaøi nghi ñeán luùc naøy, thì haõy nhaän laõnh söï chöõa laønh vaø haõy maïnh meõ leân naên toäi aáy.

5. Baïn phaûi aên naên vì ñaõ baát tuaân maïng leänh Ñöùc Chuùa Trôøi.

Trong Giaêng 14:21, Chuùa Gieâ-xu baûo chuùng ta: *"Ai coù caùc ñieàu raên cuûa ta vaø vaâng giöõ laáy, aáy laø keû yeâu meán ta; ngöôøi naøo yeâu meán ta seõ ñöôïc Cha ta yeâu laïi, ta cuõng seõ yeâu ngöôøi, vaø toû cho ngöôøi bieát ta."* Trong I Giaêng 3:21-22 chuùng ta cuõng ñöôïc nhaéc: *"Hôõi keû raát yeâu daáu, ví baèng loøng mình khoâng caùo traùch, thì chuùng ta coù loøng raát daïn dó, ñaëng ñeán gaàn Ñöùc Chuùa Trôøi: vaø chuùng ta xin ñieàu gì maëc daàu, thì nhaän ñöôïc ñieàu aáy, bôûi chuùng ta vaâng giöõ caùc ñieàu raên cuûa Ngaøi vaø laøm nhöõng ñieàu ñeïp yù Ngaøi."*

Moät toäi nhaân khoâng theả tin caäy Ñöùc Chuùa Trôøi. Tuy nhieân, neáu loøng chuùng ta xöùng ñaùng vaø khoâng maéc loãi khi so vôùi Lôøi cuûa Leõ Thaät, thì chuùng ta coù theả daïn dó xin Ñöùc Chuùa Trôøi baát cöù ñieàu chi.

Vì theá, laø ngöôøi tin nôi Ñöùc Chuùa Trôøi, baïn phaûi hoïc vaø hieåu roõ Möôøi Ñieàu Raên, gioáng nhö laø baûng toùm taét cuûa saùu möôi saùu saùch trong Kinh Thaùnh, vaø khaùm phaù cuoäc soáng cuûa baïn ñaõ khoâng vaâng theo möôøi ñieàu raêng nhieàu nhö theá naøo.

I. Taám loøng toâi ñaõ bao giôø ñaët nhöõng thaàn khaùc leân tröôùc Ñöùc Chuùa Trôøi hay khoâng?

II. Coù bao giôø toâi ñaët thaàn töôïng veà ngheà nghieäp, con caùi, söùc khoeû, coâng vieäc cuûa toâi vaø nhöõng ñieàu töông töï nhö theá vaø thôø phöôïng chuùng hay khoâng?

III. Coù bao giôø toâi laáy Danh Chuùa laøm chôi khoâng?

IV. Toâi coù luoân giöõ ngaøy Sa-baùt thaùnh khieát hay khoâng?

V. Toâi coù luoân toân troïng cha meï mình khoâng?

VI. Toâi coù bao giôø phaïm toäi gieát ngöôøi veà theả xaùc hay gieát ngöôøi veà taâm hoàn baèng caùch gheùt anh chò em mình hoặc khiến cho họ phạm tội hay không?

VII. Tôi có bao giờ phạm tội tà dâm, ngay cả phạm tội trong lòng hay không?

VII. Tôi có bao giờ trộm cắp không?

IX. Tôi có bao giờ làm chứng dối nghịch cùng người lân cận mình không?

X. Tôi có bao giờ ham muốn tài sản của người lân cận mình không?

Thêm nữa, bạn cũng phải nhìn lại và xem thử bạn đã giữ mạng lệnh của Đức Chúa Trời bằng việc yêu thương người lân cận như mình hay chưa. Khi bạn vâng theo mạng lệnh của Đức Chúa Trời và kêu cầu cùng Ngài, Đức Chúa Trời của quyền năng sẽ chữa lành cho bất cứ vào tất cả mọi bệnh tật.

6. Bạn phải ăn năn vì đã không gieo giống nơi Đức Chúa Trời.

Vì Đức Chúa Trời điều khiển mọi việc trên vũ trụ, Ngài đã thiết lập một bộ luật cho thế giới thuộc linh, và Ngài đã dắt vào quản lý mọi việc phù hợp với sự phaùn xeùt coâng chính.

Trong Ña-ni-eân 6, vua Ña-ri-uùt bò ñöa vaøo moät ñòa vò khoù khaên khi maø oâng khoâng theå cöùu ngöôøi ñaày tôù yeâu quyù Ña-ni-eân khoûi hang sö töû, daàu raèng oâng laø vua. Vì chính oâng ñaõ ra saéc leänh, Ña-ri-uùt khoâng theå naøo baát tuaân luaät do chính oâng laäp ra. Neáu vua laø ngöôøi ñaàu tieân uoán cong quy ñònh vaø khoâng vaâng theo luaät, thì ai seõ chuù yù ñeán oâng vaø phuïc vuï oâng? Ñaáy laø vì sao, daàu raèng ngöôøi ñaày tôù yeâu quyù cuûa oâng laø Ña-ni-eân saép bò quaêng vaøo hang sö töû bôûi möu ñoà cuûa nhöõng ngöôøi xaáu xa, nhöng Ña-ri-uùt khoâng theå laøm ñöôïc gì caû.

Cuõng töông töï nhö theá, vì Ñöùc Chuùa Trôøi khoâng uoán cong luaät leä vaø khoâng vaâng theo luaät do chính Ngaøi ñaët ra, moïi vieäc trong vuõ truï naøy vaãn haønh trong moät thöù töï chính xaùc döôùi söï teå trò cuûa Ngaøi. Ñaáy laø vì sao *"Chôù heà doái mình; Ñöùc Chuùa Trôøi khoâng chòu khinh deå ñaâu; vì ai gieo gioáng chi, laïi gaët gioáng aáy"* (Ga-la-ti 6:7).

Baïn caøng gieo trong lôøi caàu nguyeän nhieàu chöøng naøo, thì baïn seõ nhaän ñöôïc söï ñaùp lôøi vaø tröôûng thaønh thuoäc linh chöøng naáy, vaø baûn chaát beân trong baïn seõ ñöôïc maïnh meõ vaø linh hoàn baïn ñöôïc laøm môùi laïi. Neáu baïn coù beänh hoaëc ñau oám nhöng giôø baïn gieo thôøi gian cuûa baïn vaøo trong tình yeâu baïn ñoái vôùi Ñöùc Chuùa Trôøi baèng caùch sieâng naêng tham gia vaøo taát caû caùc buoåi nhoùm thôø phöôïng, thì baïn seõ nhaän laõnh ñöôïc phöôùc haïnh veà söùc khoeû vaø chaéc chaén caûm thaáy söï thay ñoåi trong cô theå baïn. Neáu baïn gieo cuûa caûi vaøo Ñöùc Chuùa Trôøi, thì Ngaøi seõ baûo veä vaø che chôû baïn khoûi thöù thaùch vaø cuõng ban cho baïn phöôùc haïnh veà cuûa caûi lôùn hôn.

Bôûi vieäc hieåu roõ vieäc gieo quan troïng vôùi Ñöùc Chuùa Trôøi nhö theá naøo, khi baïn boû ñi hy voïng ñoái vôùi theá gian ñoái naøy vaø hô maát naøy nhöõng thay vaøo ñoù baét ñaàu tích luyõ phaàn thöôûng cuûa baïn treân thieân ñaøng baèng ñöùc tin thaät, thì Ñöùc Chuùa Trôøi Toái Cao seõ ñöa baïn ñeán cuoäc soáng khoeû maïnh môùi luoân.

Vôùi Lôøi cuûa Ñöùc Chuùa Trôøi, chuùng ta nhôù ñöù khaûo saùt xem ñieàu gì ñaõ trôû thaønh moät böùc töôøng giöõa Ñöùc Chuùa Trôøi vaø loaøi ngöôøi, vaø taïi sao chuùng ta ñaõ vaø ñang soáng trong noãi ñau ñôùn cuûa beänh taät. Neáu baïn ñaõ khoâng tin vaøo Ñöùc Chuùa Trôøi vaø bò ñau beänh, haõy tieáp nhaän Chuùa Gieâ-xu laøm Cöùu Chuùa cuûa baïn vaø baét ñaàu moät ñôøi soáng trong Ñaáng Christ. Ñöôøng söï nhöõng keû coù theå gieát ñöôïc theå xaùc. Thay vaøo ñoù, bôûi vieäc kính sôï Ñaáng coù theå xöû phaït theå xaùc vaø linh hoàn trong ñòa nguïc, haõy baûo veä ñöùc tin baïn nôi Ñöùc Chuùa Trôøi cuûa söï cöùu roãi khoûi nhöõng söï baét bôù cuûa cha meï, anh em, baïn ñôøi, cha meï baïn ñôøi cuûa baïn vaø nhöõng ngöôøi khaùc. Khi Ñöùc Chuùa Trôøi thöøa nhaän ñöùc tin cuûa baïn, Ngaøi seõ haønh ñoäng vaø baïn coù theå nhaän ñöôïc ôn chöõa laønh.

Neáu baïn laø tín höõu nhöng laïi ñau beänh, thì haõy nhìn laïi chính mình ñeå xem lieäu coù baát kyø taøn dö naøo cuûa söï gian aùc, nhö laø söï thuø haän, söï ghen tî, söï theøm muoán, söï baát coâng, lôøi noùi tuïc tóu, söï tham lam, hung haõn, gieát ngöôøi, lyù söï, ngoaøi leâ ñoâi maùch, vu khoáng, kieâu ngaïo, vaø nhöõng ñieàu nhö theá. Bôûi vieäc caàu nguyeän cuøng Ñöùc Chuùa Trôøi vaø vieäc nhaän söï tha thöù trong loøng traéc aån vaø söï thöông xoùt cuûa Ngaøi, baïn cuõng haõy nhaän söï ñaùp lôøi cho nan ñeà veà beänh taät cuûa baïn nöõa.

Nhieàu ngöôøi thöù ngaû giaû vôùi Ñöùc Chuùa Trôøi. Hoï noùi raèng neáu Ñöùc Chuùa Trôøi chöõa laønh beänh vaø ñau oám cuûa hoï tröôùc, hoï seõ tin vaøo Chuùa Gieâ-xu vaø theo Ngaøi nöõa. Tuy nhieân, bôûi vì Ñöùc Chuùa Trôøi bieát taän saâu trong taâm loøng moãi caù nhaân, chæ sau khi taåy saïch thuoäc linh cuûa ngöôøi ta roài thì Ngaøi môùi chöõa laønh nhöõng caên beänh thuoäc theå cuûa moãi ngöôøi trong hoï.

Bôûi vieäc hieåu raèng suy nghó cuûa con ngöôøi vaø suy nghó cuûa Ñöùc Chuùa Trôøi khaùc nhau, nguyeän raèng baïn vaâng theo yù muoán cuûa Ñöùc Chuùa Trôøi tröôùc heát ñeå taâm linh baïn saùng toát khi baïn nhaän ñöôïc phöôùc haïnh cuûa söï chöõa laønh beänh taät cuûa baïn, toâi caàu nguyeän trong Danh cuûa Chuùa chuùng ta.

Chöông 3

Ñöùc Chuùa Trôøi Ñaáng Chöõa Laønh

Xuất Ê-díp-tô Ký 15:26

Neáu ngöôi chaêm chæ nghe lôøi Gieâ-hoâ-va Ñöùc Chuùa Trôøi ngöôi, laøm söï ngay thaúng tröôùc maët Ngaøi, laéng tai nghe caùc ñieàu raên vaø giöõ moïi luaät leä Ngaøi, thì ta chaúng giaùng cho ngöôi moät trong caùc bònh naøo maø ta ñaõ giaùng cho xöù EÂ-díp-toâ; vì ta laø Ñöùc Gieâ-hoâ-va, Ñaáng chöõa bònh cho ngöôi.

Taïi sao con ngöôøi maéc beänh?

Maëc duø Ñöùc Chuùa Trôøi Ñaáng Chöõa Laønh muoán taát caû con caùi Ngaøi soáng khoeû maïnh, nhöng nhieàu ngöôøi trong soá hoï vaãn ñang chòu noãi ñau veà beänh taät, khoâng theå giaûi quyeát nan ñeà beänh taät ñöôïc. Cuõng nhö coù moät nguyeân nhaân cho moïi keát quaû, cuõng coù moät nguyeân nhaân cho moãi loaïi beänh. Ñoái vôùi baát kyø caên beänh naøo coù theå ñöôïc chöõa trò ngay laäp töùc bôûi vì nguyeân nhaân coù theå ñöôïc xaùc ñònh, taát caû nhöõng ngöôøi muoán nhaän ñöôïc söï chöõa laønh tröôùc heát phaûi xaùc ñònh nguyeân nhaân cuûa beänh taät cuûa hoï. Vôùi Lôøi cuûa Ñöùc Chuùa Trôøi trong Xuất Ê-díp-tô Ký 15:26, chuùng ta coù theå nghieân cöùu theâm veà nguyeân nhaân cuûa beänh taät, vaø nhöõng phöông caùch ñeå chuùng ta coù theå ñöôïc giaûi cöùu khoûi beänh taät vaø soáng ñôøi soáng khoeû maïnh.

"Gieâ-hoâ-va" laø moät teân cuûa Ñöùc Chuùa Trôøi, vaø noù laø chöõ vieát taét cho "TA LAØ ÑAÁNG TÖÏ HÖÕU HAÈNG HÖÕU" (Xuất Ê-díp-tô Ký 3:14). Teân naøy cuõng nguï yù raèng taát caû nhöõng höõu theå khaùc laø thaàn daân cuûa thaåm quyeàn cuûa Ñöùc Chuùa Trôøi Ñaàng Kính Tröøng Nhaát. Töø caùch Ñöùc Chuùa Trôøi goïi chính Ngaøi laø "Ñöùc Gieâ-hoâ-va, Ñaáng chöõa bònh cho ngöôi" (Xuất Ê-díp-tô Ký 15:26), chuùng ta hoïc ñöôïc veà tình yeâu cuûa Ñöùc Chuùa Trôøi ñaõ giaûi phoùng chuùng ta khoûi söï ñau ñôùn cuûa beänh taät vaø quyeàn naêng cuûa Ñöùc Chuùa

Trôøi chöõa laønh beänh taät.

Trong Xuaát Ê-díp-tô Ký 15:26, Ñöùc Chuùa Trôøi höùa cuøng chuùng ta: *"Neáu ngöôi chaêm chæ nghe lôøi Gieâ-hoâ-va Ñöùc Chuùa Trôøi ngöôi, laøm söï ngay thaúng tröôùc maët Ngaøi, laéng tai nghe caùc ñieàu raên vaø giöõ moïi luaät leä Ngaøi, thì ta chaúng giaùng cho ngöôi moät trong caùc bònh naøo maø ta ñaõ giaùng cho xöù EÂ-díp-toâ; vì ta laø Ñöùc Gieâ-hoâ-va, Ñaáng chöõa bònh cho ngöôi."* Vì theá, neáu baïn maéc beänh, thì caên beänh ñoù nhö moät baèng chöùng raèng baïn ñaõ khoâng caån thaän laéng nghe tieáng Ngaøi, khoâng laøm ñieàu ñuùng theo maét Ngaøi, vaø khoâng chuù yù ñeán maïng leänh Ngaøi.

Vì con caùi Ñöùc Chuùa Trôøi laø coâng daân thieân ñaøng, neân hoï phaûi tuaân giöõ luaät cuûa thieân ñaøng. Tuy nhieân, neáu coâng daân thieân ñaøng khoâng tuaân theo luaät thieân ñaøng, thì Ñöùc Chuùa Trôøi khoâng theå baûo veä hoï bôûi vì toäi loãi laø söï traùi luaät phaùp (1 Giaêng 3:4). Khi aáy, söùc maïnh cuûa beänh taät seõ thaâm nhaäp, laøm cho nhöõng con caùi khoâng vaâng phuïc cuûa Ñöùc Chuùa Trôøi phaûi ôû döôùi noãi thoáng khoå cuûa beänh taät.

Chuùng ta haõy nghieân cöùu chi tieát nhöõng phöông caùch maø chuùng ta coù theå maéc beänh, nguyeân nhaân cuûa beänh taät, vaø laøm theá naøo quyeàn naêng cuûa Ñöùc Chuùa Trôøi Ñaáng Chöõa Laønh coù theå chöõa trò nhöõng ngöôøi trong chuùng ta ñang chòu ñau ñôùn vì beänh taät.

Tröôøng Hôïp Moät Ngöôøi Maéc Beänh Do Keát Quaû Cuûa Toäi Loãi Ngöôøi AÁy

Xuyeân suoát Kinh Thaùnh, Ñöùc Chuùa Trôøi daïy chuùng ta heát laàn naøy sang laàn khaùc raèng nguyeân nhaân cuûa beänh taät laø toäi loãi. Giaêng 5:14 cheùp: *"Sau laïi, Ñöùc Chuùa Jeâsus gaëp ngöôøi ñoù trong ñeàn thôø, beøn phaùn raèng: 'Kìa, ngöôi ñaõ laønh roài, ñöøng phaïm toäi nöõa, e coù söï gì caøng xaáu xa xaûy ñeán cho ngöôi chaêng.'"* Caâu naøy nhaéc nhôû chuùng ta raèng neáu con ngöôøi phaïm toäi, thì ngöôøi ñoù coù theå maéc phaûi caên beänh traàm troïng hôn caên beänh ngöôøi ñoù ñaõ maéc tröôùc ñoù, vaø cuõng nhaéc raèng bôûi toäi loãi maø con ngöôøi maéc beänh.

Trong Phuïc Truyeàn Luaät Leä Kyù 7:12-15, Ñöùc Chuùa Trôøi höùa cuøng chuùng ta raèng: *"Neáu ngöôi nghe caùc luaät leä naày, vaø gìn giöõ laøm theo, thì ñoái cuøng ngöôi Gieâ-hoâ-va Ñöùc Chuùa Trôøi ngöôi seõ giöõ lôøi giao öôùc vaø söï thöông xoùt maø Ngaøi ñaõ theà cuøng toå phuï ngöôi. Ngaøi seõ yeâu meán ngöôi, ban phöôùc cho ngöôi, gia taêng ngöôi, ban phöôùc cho con caùi ngöôi, cho thoå saûn ngöôi, cho nguõ coác, röôïu, vaø daàu cuûa ngöôi, cho löùa ñeû cuûa boø caùi, chieân caùi ngöôi sai ñoâng treân ñaát maø Ngaøi ñaõ theà cuøng toå phuï ngöôi, ñeå ban cho ngöôi. Ngöôi seõ ñöôïc phöôùc hôn moïi daân: nôi ngöôi seõ chaúng coù ai son seû, hoaëc nam hay nöõ, hoaëc con ñöïc hay con caùi trong baày suùc vaät cuûa ngöôi. Ñöùc Gieâ-hoâ-va seõ khieán caùc* taät bònh lìa xa ngöôi; vaø nhöõng bònh laây cuûa xöù EÂ-díp-toâ kia, maø ngöôi naõ bieát, thì Ngaøi seõ chaúng giaùng cho ngöôi ñaâu, nhöng giaùng cho nhöõng keû naøo gheùt ngöôi." Nhöõng keû naøo ghen gheùt coù söï xaáu xa vaø toäi loãi, vaø beänh taät seõ ñeán cuøng nhöõng ngöôøi nhö theá.

Trong Phuïc Truyeàn Luaät Leä Kyù 28, thöôøng ñöôïc bieát ñeán nhö laø "Chöông noùi veà Phöôùc Laønh," Ñöùc Chuùa Trôøi noùi cuøng chuùng ta nhöõng loaïi phöôùc laønh chuùng ta seõ nhaän ñöôïc khi chuùng ta hoaøn toaøn vaâng phuïc Ñöùc Chuùa Trôøi cuûa chuùng ta vaø caån thaän ñi theo taát caû caùc ñieàu raên cuûa Ngaøi. Ngaøi cuõng baùo chuùng ta veà caùc söï ruûa saû seõ ñeán treân chuùng ta vaø ñuoåi theo chuùng ta neáu chuùng ta khoâng caån thaän ñi theo moïi ñieàu raên vaø meänh leänh cuûa Ngaøi.

Ñaëc bieät ñöôïc ñeà caäp ñeán chi tieát laø nhöõng loaïi beänh taät maø chuùng ta seõ bò maéc phaûi neáu chuùng ta khoâng vaâng lôøi Ñöùc Chuùa Trôøi. Ñoù laø oân dòch; beänh laøm hao moøn söùc khoeû; beänh noùng laïnh; beänh phuø; söï naéng chaùy vaø söï haïn haùn; beänh taøn luïi vaø naám moác; "gheû choác cuûa xöù EÂ-díp-toâ, tró laäu, gheû ngöùa, vaø laùc, maø ngöôi khoâng theå chöõa laønh;" söï loaïn trí; söï nui muø; söï laûng trí chaúng ai giuùi cöùu cho; vaø ung nhoït ñau ñôùn treân ñaàu goái vaø chaân khoâng theå chöõa laønh ñöôïc, traûi daøi töø loøng baøn chaân ñeán ñænh ñaàu (Phuïc Truyeàn Luaät Leä Kyù 28:21-35).

Bôûi vieäc hieåu moät caùch ñuùng ñaén raèng nguyeân

nhaân cuûa beänh taät lao toäi loãi, neáu baïn naøo maéc beänh thì baïn tröôùc heát phaûi aên naên vì naõ khoâng soáng theo Lôøi cuûa Ñöùc Chuùa Trôøi vaø nhaän laõnh söï tha thöù. Moät khi baïn nhaän ñöôïc söï chöõa laønh bôûi soáng theo Lôøi Chuùa, thì baïn khoâng ñöôïc phaïm toäi nöõa.

Tröôøng Hôïp Moät Ngöôøi Maéc Beänh Maëc Daàu Ngöôøi AÁy Khoâng Nghó Raèng Hoï Ñaõ Phaïm Toäi

Moät soá ngöôøi noùi raèng daàu hoï khoâng phaïm toäi nhöng hoï vaãn maéc beänh. Tuy nhieân, Lôøi cuûa Ñöùc Chuùa Trôøi cho chuùng ta bieát raèng neáu chuùng ta khoâng laøm ñieàu ñuùng trong maét Ñöùc Chuùa Trôøi, neáu chuùng ta chuû yù ñeán caùc ñieàu raên cuûa Ngaøi vaø giöõ moïi maïng leänh Ngaøi, thì Ñöùc Chuùa Trôøi seõ khoâng giaùng cho chuùng ta baát kyø caên beänh naøo. Neáu chuùng ta ñaõ maéc beänh, thì chuùng ta phaûi nhaän bieát raèng doïc haønh trình chuùng ta ñaõ khoâng laøm ñieàu ñuùng trong maét Ngaøi vaø khoâng giöõ caùc maïng leänh Ngaøi.

Vaäy thì, toäi loãi gaây ra beänh taät lao gì?
Neáu moät ngöôøi söû duïng thaân theå khoeû maïnh maø Ñöùc Chuùa Trôøi ñaõ ban cho anh ta maø khoâng tieát ñoä hoaëc voâ luaân, baát tuaân theo ñieàu raên cuûa Ngaøi, phaïm

sai laàm, hoaëc soáng moät cuoäc soáng voâ toå chöùc, anh ta
ñaõ ñaët chính mình vaøo moät ruûi ro maéc beänh raát lôùn.
Loaïi beänh naøy cuõng bao goàm söï roái loaïn bao töû do
caùch aên uoáng quaù möùc hay khoâng theo quy luaät, beänh
gan do tieáp tuïc huùt thuoác vaø uoáng röôïu, vaø nhieàu loaïi
beänh khaùc do cô theå moät ngöôøi laøm vieäc quaù söùc.

Ñieàu naøy coù leõ khoâng phaûi laø moät toäi loãi theo
quan nieäm cuûa con ngöôøi, nhöng trong maét Ñöùc Chuùa
Trôøi noù laø toäi loãi. AÊn uoáng quaù möùc laø moät toäi loãi
bôûi vì noù baøy toû loøng tham cuûa moät ngöôøi vaø söï baát
löïc trong vieäc tieát ñoä. Neáu moät ngöôøi bò beänh do aên
uoáng khoâng theo quy luaät, toäi loãi cuûa anh ta laø khoâng
soáng cuoäc soáng theo thoaùng leä hoaëc aên ñuùng böõa, nhöng
laïi laøm duïng cô theå mình maø khoâng bieát tieát ñoä. Neáu
moät ngöôøi maéc beänh sau khi sau khi aên thöùc aên chöa
chín, toäi cuûa anh ta laø khoâng kieân nhaãn – khoâng laøm
theo leõ thaät.

Neáu moät ngöôøi duøng moät con dao khoâng caån thaän
vaø caét truùng mình, vaø veát thöông bò coâng muû, ñaáy
cuõng laø bôûi vì keát quaû cuûa toäi loãi cuûa ngöôøi aáy. Neáu
ngöôøi aáy thaät söï yeâu meán Ñöùc Chuùa Trôøi, thì Ngaøi
seõ baûo veä ngöôøi aáy khoûi caùc tai naïn moïi luùc moïi nôi.
Thaäm chí neáu ngöôøi aáy phaïm loãi, Ñöùc Chuùa Trôøi seõ
ban moät loái thoaùt vaø, bôûi vì Ngaøi laøm nhieàu toát laønh
cho nhöõng ngöôøi yeâu meán Ngaøi, neân cô theå seõ khoâng
bò seïo. Nhöõng veát xöôùc vaø toån thöông bò gaây ra bôûi vì

ngöôøi aáy ñaõ haïnh ñoäng haáp taáp vaø khoâng haïnh ñoäng theo caùch ñoan chính, caû hai ñieàu khoâng chính ñaùng trong maét Ñöùc Chuùa Trôøi, vì theá laøm cho haïnh ñoäng cuûa ngöôøi ñoù laø coù toäi.

AÙp duïng luaät toâng tôï nhö theá cho huùt thuoác vaø uoáng röôïu. Neáu moät ngöôøi nhaän thöùc raèng huùt thuoác laøm vaån ñuïc taâm trí ngöôøi aáy, toån haïi ñeán pheá quaûn cuûa anh ta, vaø gaây ra ung thö nhöõng vaãn khoâng theå boû ñöôïc, vaø neáu moät ngöôøi nhaän thöùc raèng ñoäc tính trong coàn gaây haïi ñeán ñöôøng ruoät vaø laøm hoûng caùc boä phaän cô theå, nhöõng vaãn khoâng theå boû ñöôïc, ñaây laø nhöõng haïnh ñoäng toäi loãi. Noù baøy toû söï baát löïc trong vieäc quaûn lyù chính mình, vaø vieäc anh ta khoâng ñi theo yù muoán cuûa Ñöùc Chuùa Trôøi. Laøm theá naøo nhöõng ñieàu naøy laïi khoâng phaûi laø toäi loãi ñöôïc?

Ngay caû neáu chuùng ta khoâng chaéc lieäu taát caû caùc caên beänh coù phaûi laø haäu quaû cuûa toäi loãi khoâng, thì chuùng ta baây giôø coù theå chaéc chaén nhieàu ñöù sau khi ñaõ khaûo saùt nhieàu tröôøng hôïp khaùc nhau vaø caân nhaéc chuùng so vôùi Lôøi cuûa Ñöùc Chuùa Trôøi. Chuùng ta phaûi luoân luoân vaâng phuïc vaø soáng theo Lôøi Ngaøi ñeå chuùng ta ñöôïc giaûi phoùng khoûi beänh taät. Noùi caùch khaùc, khi chuùng ta laøm ñieàu ñuùng trong maét Ngaøi, chuù yù ñeán caùc ñieàu raên Ngaøi, vaø giöõ mọi maïng leänh Ngaøi, thì Ngaøi seõ baûo veä vaø che chôû cho chuùng ta khoûi beänh taät moïi luùc.

Nhöõng Caên Beänh Gaây Ra Bôûi Loaïn Thaàn Kinh Chöùc Naêng Vaø Nhöõng Roái Loaïn Taâm Thaàn

Thoáng keâ cho chuùng ta thaáy raèng soá ngöôøi bò chöùng loaïn thaàn kinh chöùc naêng vaø roái loaïn thaàn kinh ñang gia taêng. Neáu ngöôøi ta kieân nhaãn nhờ Lôøi cuûa Ñöùc Chuùa Trôøi höôùng daãn chuùng ta, vaø neáu hoï tha thöù, yeâu thöông vaø thaáu hieåu theo leõ thaät, hoï coù theå deã daøng ñöôïc giaûi cöùu khoûi nhöõng caên beänh ñoù. Tuy nhieân, vaãn coøn coù nhieàu xaáu trong loøng hoï vaø caùi xaáu ngaên caám hoï soáng theo Lôøi Chuùa. Noãi thoáng khoå taâm thaàn laøm hö hoûng nhöõng boä phaän cô theå vaø heä thoáng mieãn dòch, daàn daàn seõ daãn ñeán sinh beänh. Khi chuùng ta soáng theo Lôøi Chuùa, caûm xuùc cuûa chuùng ta seõ khoâng bò khuaáy ñoäng, chuùng ta seõ khoâng troû neân noùng tính, vaø taâm trí chuùng ta seõ khoâng bò kích ñoäng.

Coù nhöõng ngöôøi quanh chuùng ta khoâng troâng coù veû xaáu xa nhöng raát toát, tuy nhieân hoï laïi phaûi chòu caên beänh naøy. Vì hoï tôï keàm cheá chính mình neå khoâng baøy toû nhöõng bieåu caûm thoaïng thöôøng cuûa caûm xuùc, hoï chòu khoå vì caên beänh nghieâm troïng hôn nhieàu so vôùi nhöõng ngöôøi truùt côn giaän vaø söï thònh noä cuûa hoï ra. Loøng toát trong leõ thaät khoâng phaûi lao söï ñau ñôùn vì maâu thuaãn giöõa caùc caûm xuùc traùi ngöôïc; thay vaøo ñoù, noù lao söï thaáu hieåu laãn nhau trong söï tha thöù vaø yeâu thöông vaø doã daønh nhau trong söï tieát ñoä vaø söï chòu ñöïng.

Theâm vaøo ñoù, khi ngöôøi ta coá yù phaïm toäi, hoï phaûi chòu ñau ñôùn do beänh taâm thaàn vì söï ñau khoå vaø suy suïp tinh thaàn. Vì hoï khoâng laøm ñieàu toát nhöng roài saâu vaøo nhieàu aùc, söï ñau ñôùn trong taâm trí gaây ra moät caên beänh. Chuùng toâi bieát raèng chöùng loaïn thaàn kinh chöùc naêng vaø nhöõng roái loaïn thaàn kinh laø töï mình gaây ra, bò gaây ra bôûi loái ngu daïi vaø xaáu xa cuûa chuùng ta. Thaäm chí trong tröôøng hôïp nhö theá, Ñöùc Chuùa Trôøi cuûa tình yeâu seõ chöõa laønh taát caû nhöõng ai tìm kieám Ngaøi vaø öôùc muoán nhaän ñöôïc söï chöõa laønh cuûa Ngaøi. Hôn theá nöõa, ngaøi cuõng seõ ban cho hoï hy voïng veà thieân ñaøng vaø cho pheùp hoï soáng trong haïnh phuùc vaø nguoàn an uûi thaät.

Nhöõng Caên Beänh Töø Keû Thuø Ma Quyû Cuõng Bôûi Vì Toäi Loãi

Moät soá ngöôøi bò chieám höõu bôûi Sa-tan vaø chòu khoå vì moïi caên beänh maø keû thuø ma quyû ñem ñeán cho hoï. Ñaây laø bôûi vì hoï ñaõ boû qua yù muoán cuûa Ñöùc Chuùa Trôøi vaø ñi xa rôøi leõ thaät. Lyù do maø phaàn ñoâng ngöôøi bò beänh, taøn taät veà thuoác theå, vaø bò quyû aùm trong gia ñình thôø thaàn töôïng laø bôûi vì Ñöùc Chuùa Trôøi côùc kyø kinh tôûm vieäc thôø thaàn töôïng.

Trong Xuất Ê-díp-tô Ký 20:5-6 chuùng ta thaáy raèng: *"Ngöôi chôù quì laïy tröôùc caùc hình töôïng ñoù, vaø cuõng ñöøng haàu vieäc chuùng noù; vì ta laø Gieâ-hoâ-va Ñöùc Chuùa Trôøi ngöôi, töùc laø Ñöùc Chuùa Trôøi kî taø, heã ai gheùt ta, ta seõ nhaân toäi toå phuï phaït laïi con chaùu ñeán ba boán ñôøi, vaø seõ laøm ôn ñeán ngaøn ñôøi cho nhöõng keû yeâu meán ta vaø giöõ caùc ñieàu raên ta."* Ngaøi ban cho chuùng ta moät ñieàu raên ñaëc bieät, ngaên caám chuùng ta thôø phöôïng thaàn töôïng. Töø Möôøi Ñieàu Raên Ngaøi ñaõ ban cho chuùng ta, trong hai ñieàu raên ñaàu – *"Tröôùc maët ta, ngöôi chôù coù caùc thaàn khaùc"* (caâu 3) vaø *"Ngöôi chôù laøm töôïng chaïm cho mình, cuõng chôù laøm töôïng naøo gioáng nhöõng vaät treân trôøi cao kia, hoaëc nôi ñaát thaáp naày, hoaëc trong nöôùc döôùi ñaát"* (caâu 4) – chuùng ta coù theå deã daøng thaáy Ñöùc Chuùa Trôøi gheùt cay gheùt ñaéng thôø thaàn töôïng ñeán möùc naøo.

Neáu cha meï khoâng vaâng theo yù muoán cuûa Ñöùc Chuùa Trôøi vaø thôø laïy thaàn töôïng, con caùi cuûa hoï töï nhieân seõ theo söï daãn daét cuûa hoï. Neáu cha meï khoâng vaâng Lôøi Ñöùc Chuùa Trôøi vaø laøm vieäc xaáu, con caùi cuûa hoï seõ töï nhieân ñi theo söï höôùng daãn cuûa hoï vaø laøm ñieàu xaáu. Khi toäi khoâng vaâng lôøi traõi ñeán theá heä thöù ba vaø thöù tö, cuõng nhö tieàn coâng cuûa toäi loãi, doøng doõi cuûa hoï seõ maéc phaûi nhöõng caên beänh maø keû thuø ma quyû gaây ra cho hoï.

Daãu raèng cha meï ñaõ thôø thaàn töôïng nhöng neáu con caùi cuûa hoï, töø loøng taâm cuûa chuùng, laïi thôø phöôïng Ñöùc Chuùa Trôøi, thì Ngaøi seõ baøy toû tình yeâu vaø söï thöông xoùt cuûa Ngaøi vaø ban phöôùc cho hoï. Daàu ngöôøi ta ñang chòu nhöõng caên beänh do ma quyû gaây ra sau khi ñaõ boû qua yù muoán cuûa Ñöùc Chuùa Trôøi vaø ñi sai laïc leõ thaät, nhöng khi hoï aên naên vaø xaây boû toäi loãi, thì Ñöùc Chuùa Trôøi Ñaáng Chöõa Laønh seõ taåy saïch hoï. Ñoái vôùi moät soá ngöôøi Ngaøi seõ chöõa laønh ngay laäp töùc; vôùi moät soá khaùc Ngaøi seõ chöõa laâu hôn moät chuùt; vaø soá khaùc nöõa thì Ngaøi seõ chöõa laønh tuyø theo söï taêng tröôûng ñöùc tin cuûa hoï. Coâng taùc chöõa laønh seõ xaûy ra tuyø theo yù muoán cuûa Ñöùc Chuùa Trôøi: neáu nhöõng ngöôøi coù taám loøng khoâng thay ñoåi theo maét Ngaøi, hoï seõ ñöôïc chöõa laønh ngay laäp töùc; tuy nhieân, neáu loøng hoï xaáu quyeát, hoï seõ ñöôïc chöõa laønh thôøi gian sau.

Chuùng Ta Seõ Ñöôïc Giaûi Cöùu Khoûi Beänh Taät Khi Chuùng Ta Soáng Trong Ñöùc Tin

Vì Moâi-se khieâm nhöôøng hôn heát thaûy moïi ngöôøi treân beà maët traùi ñaát (Daân Soá Kyù 12:3) vaø trung tín trong caû nhaø Ñöùc Chuùa Trôøi, neân oâng ñöôïc xem laø toâi tôù ñaùng tin caäy cuûa Ñöùc Chuùa Trôøi (Daân Soá Kyù 12:7). Kinh Thaùnh cuõng cho chuùng ta bieát raèng tröôùc khi

Môi-se qua đời lúc ông một trăm hai mươi tuổi, mắt của ông chúng vẫn vào sức khỏe của ông không hề suy giảm (Phục Truyền Luật Lệ Ký 34:7). Vì Áp-ra-ham người không hề suy xuyển trong việc vâng lời trong đức tin vào kính sợ Đức Chúa Trời, ông sống đến 175 tuổi (Sáng-thế Ký 25:7). Đa-ni-ên vẫn khỏe mạnh dầu tất cả năm cửa ông chẳng toàn lão rau (Đa-ni-ên 1:12-16), trong khi Giăng Báp-tít lại cường tráng dầu ông chẳng ăn châu chấu và mật ong rừng (Ma-thi-ơ 3:4).

Một người có thể thắc mắc làm thế nào người ta có thể sống khỏe mình khi không ăn thịt. Tuy nhiên, khi Đức Chúa Trời dựng nên người nam thuở ban đầu, Ngài bảo ông chẳng ăn trái cây mà thôi. Trong Sáng-thế Ký 2:16-17 Đức Chúa Trời bảo con người: *"Ngươi được tự do ăn hoa quả các thứ cây trong vườn; nhưng về cây biết điều thiện và điều ác thì chớ hề ăn đến; vì một mai ngươi ăn, chắc sẽ chết."* Sau sự bất tuân của A-đam, Đức Chúa Trời chẳng cho ông ăn rau ngoài đồng (Sáng-thế Ký 3:18), vào khi tội lỗi lan tràn khắp thế gian, sau sự phán xét của cơn Đại Hồng Thủy, Đức Chúa Trời bảo Nô-ê trong Sáng-thế Ký 9:3 rằng: *"Phàm vật chi hành động và có sự sống thì dùng làm đồ ăn cho các ngươi. Ta cho mọi vật đó như ta đã cho thứ cỏ xanh."* Khi con người trở nên dần dần xấu xa, Đức Chúa Trời cho phép con người ăn thịt, nhưng không được ăn bất kỳ thức ăn *"đáng kinh tởm"* nào (Lê-vi

Kyù 11; Phuïc Truyeàn Luaät Leä Kyù 14).

Vaøo thôøi Taân Öôùc, Ñöùc Chuùa Trôøi baûo chuùng ta trong Coâng Vuï Caùc Söù-ñoà 15:29 raèng: *"Phaûi kieâng aên cuûa cuùng thaàn töôïng, huyeát, thuù vaät cheát ngoät, vaø choù taø daâm; aáy laø moïi ñieàu maø anh em khaù kieâng giöõ laáy vaäy."* Ngaøi cho pheùp chuùng ta aên thöùc aên coù lôïi cho söùc khoûe chuùng ta vaø Ngaøi khuyeân chuùng ta kieâng nhöõng thöùc phaåm coù haïi cho chuùng ta; seõ ích lôïi hôn cho chuùng ta khi khoâng aên hoaëc uoáng baát kyø thöùc phaåm naøo maø Ñöùc Chuùa Trôøi khoâng vui loøng. Chuùng ta caøng theo yù muoán cuûa Ñöùc Chuùa Trôøi vaø soáng trong ñöùc tin nhieàu bao nhieâu, thì thaân theå cuûa chuùng ta seõ caøng trôû neân maïnh meõ hôn, beänh taät seõ rôøi khoûi chuùng ta, vaø khoâng oám ñau naøo xaâm haïi chuùng ta ñöôïc.

Hôn theá nöõa, chuùng ta seõ khoâng maéc beänh khi chuùng ta soáng trong söï coâng bình vôùi ñöùc tin bôûi vì hai ngaøn naêm tröôùc ñaây, Chuùa Gieâ-xu ñaõ ñeán theá gian naøy vaø gaùnh chòu moïi gaùnh naëng neà cuûa chuùng ta. Khi chuùng ta tin raèng bôûi huyeát Ngaøi ñoå ra, Chuùa Gieâ-xu giaûi cöùu chuùng ta khoûi toäi loãi vaø bôûi laèn roi Ngaøi chòu vaø gaùnh laáy moïi beänh taät cuûa chuùng ta (Ma-thi-ô 8:17) maø chuùng ta ñöôïc laønh, ñieàu naøy seõ ñöôïc hoaøn thaønh tuøy theo ñöùc tin cuûa chuùng ta (EÂ-sai 53:5-6; I Phi-e-rô 2:24).

Tröôùc khi chuùng ta gaëp gôõ Ñöùc Chuùa Trôøi, chuùng

ta khoâng coù ñöùc tin. Chuùng ta soáng trong söï theo ñuoåi nhöõng khao khaùt cuûa baûn chaát toäi loãi cuûa chuùng ta vaø phaûi chòu ñöïng nhöõng caên beänh khaùc nhau nhö laø haäu quaû cuûa toäi loãi chuùng ta. Khi chuùng ta soáng trong ñöùc tin vaø laøm moïi vieäc trong söï coâng chính, thì chuùng ta seõ ñöôïc phöôùc veà söùc khoûe theå xaùc.

Khi taâm trí khoûe maïnh, thaân theå seõ khoûe maïnh. Khi chuùng ta soáng trong söï coâng chính vaø haønh ñoäng theo Lôøi cuûa Ñöùc Chuùa Trôøi, thaân theå chuùng ta seõ ñöôïc ñoå ñaày Ñöùc Thaùnh Linh. Beänh taät seõ rôøi khoûi chuùng ta vaø khi thaân theå chuùng ta nhaän ñöôïc söùc khoûe vaät lyù, thì khoâng beänh taät naøo thaâm nhaäp vaøo chuùng ta. Vì thaân theå chuùng ta seõ ñöôïc bình an, caûm thaáy nheï nhaøng, vui veû, vaø khoûe maïnh, neân chuùng ta seõ khoâng thieáu thoán gì maø chæ bieát ôn Ñöùc Chuùa Trôøi veà söï ban cho söùc khoûe cuûa Ngaøi.

Nguyeän raèng baïn haønh ñoäng trong söï coâng chính vaø ñöùc tin ngoõ haàu khi linh hoàn baïn soáng khoûe, baïn seõ ñöôïc chöõa laønh moïi beänh taät vaø oám ñau, vaø nhaän ñöôïc söùc khoûe nöõa! Nguyeän raèng baïn cuõng nhaän laõnh tình yeâu dö daät cuûa Ñöùc Chuùa Trôøi khi baïn vaâng giöõ vaø soáng theo Lôøi Chuùa - toâi caàu nguyeän taát caû nhöõng ñieàu naøy trong Danh Chuùa chuùng ta.

Chöông 4

Bôûi Laèn Roi Ngaøi Chuùng Ta ñöôïc Laønh

EÂ-sai 53:4-5

Thaät ngöôøi ñaõ mang söï ñau oám cuûa chuùng ta, ñaõ gaùnh söï buoàn böïc cuûa chuùng ta; maø chuùng ta laïi töôûng raèng ngöôøi ñaõ bò Ñöùc Chuùa Trôøi ñaùnh vaø ñaäp, vaø laøm cho khoán khoå. Nhöng ngöôøi ñaõ vì toäi loãi chuùng ta maø bò veát, vì söï gian aùc chuùng ta maø bò thöông, Bôûi söï söûa phaït ngöôøi chòu chuùng ta ñöôïc bình an, bôûi laèn roi ngöôøi chuùng ta ñöôïc laønh bònh.

Chuøa Gieâ-xu laø Con Ñöùc Chuùa Trôøi Chöõa Laønh Moïi Beänh Taät

Khi ngöôøi ta leøo laùi con ñöôøng cuoäc ñôøi cuûa mình, hoï phaûi chaïm traùn vôùi nhöõng nan ñeà khaùc nhau. Cuõng nhö bieån khoâng phaûi luùc naøo cuõng yeân aû, trong bieån caû cuoäc ñôøi coù nhieàu nan ñeà baét nguoàn töø gia ñình, coâng vieäc, kinh doanh, beänh taät, söï giaøu coù, vaø nhöõng ñieàu töông töï nhö theá. Seõ khoâng phaûi laø thoaûi phoàng khi noùi raèng trong soá nhöõng nan ñeà aáy trong cuoäc soáng, nan ñeà ñaùng keå nhaát aáy chính laø beänh taät.

Baát chaáp soá cuûa caûi vaø kieán thöùc maø moät ngöôøi coù theå coù ñöôïc, neáu nhö anh ta maéc phaûi caên beänh hieåm ngheøo thì moïi ñieàu anh naõ laøm suoát cuoäc ñôøi mình seõ trôû neân coâng coác nhö moät boït bong boùng. Maët khaùc, chuùng ta thaáy raèng khi neàn vaên minh vaät chaát ñaõ tieán boä vaø cuûa caûi gia taêng, öôùc muoán cuûa con ngöôøi veà söùc khoûe cuõng gia taêng. Noùi caùch khaùc, cho daàu khoa hoïc vaø y teá coù phaùt trieån xa ñeán ñaâu chaêng nöõa, thì nhöõng khuynh höôùng beänh taät môùi vaø hieám coù — maø kieán thöùc con ngöôøi choáng laïi nhöõng caên beänh aáy laïi voâ ích — ñang coù tieáp tuïc ñöôïc phaùt hieän ra vaø soá ngöôøi maéc phaûi ñang daàn gia taêng. Coù leõ ñaáy laø lyù do taïi sao ngaøy hoâm nay ngöôøi ta nhaán maïnh hôn nöõa veà söùc khoûe.

Söï ñau ñôùn, beänh taät, vaø caùi cheát — taát caû ñeàu baét nguoàn töø toäi loãi – ñaõ thu heïp giôùi haïn cuûa con ngöôøi. Nhö ñaõ laøm trong thôøi Cöïu Öôùc, Ñöùc Chuùa Trôøi Ñaáng Chöõa Laønh ñöa ra cho chuùng ta ngaøy hoâm nay giaûi phaùp maø bôûi ñoù nhöõng ngöôøi tin vaøo Ngaøi coù theå ñöôïc chöõa laønh khoûi moïi beänh taät, bôûi ñöùc tin cuûa hoï trong Ñöùc Chuùa Gieâ-xu Christ. Chuùng ta haõy cuøng nhau khaûo saùt Kinh Thaùnh vaø xem taïi sao chuùng ta nhaän ñöôïc söï ñaùp löôøi cho nan ñeà veà beänh taät vaø soáng cuoäc soáng khoûe maïnh bôûi ñöùc tin cuûa chuùng ta trong Ñöùc Chuùa Gieâ-xu Christ.

Khi Chuùa Gieâ-xu hoûi caùc moân ñeä Ngaøi: *"Coøn caùc ngöôi thì xöng ta laø ai?"* Si-moân Phi-e-rô thöa raèng: *"Chuùa laø Ñaáng Christ, Con Ñöùc Chuùa Trôøi haèng soáng"* (Ma-thi-ô 16:15-16). Caâu traû lôøi naøy nghe khaù laø ñôn giaûn, nhöng noù cuõng tieát loä caùch roõ raøng raèng chæ coù Chuùa Gieâ-xu laø Ñaáng Christ.

Vaøo thôøi cuûa Ngaøi, ñaùm ñoâng ñi theo Chuùa Gieâ-xu bôûi vì Ngaøi chöõa laønh ngöôøi beänh ngay laäp töùc. Bao goàm caû nhöõng ngöôøi bò quyû aùm, bò ñoäng kinh, baïi lieät, vaø nhöõng söï ñau ñôùn vì nhieàu loaïi beänh taät khaùc nhau. Khi nhöõng ngöôøi phung, ngöôøi bò soát, ngöôøi queø, ngöôøi muø, vaø nhöõng ngöôøi khaùc ñöôïc chöõa laønh luùc Chuùa Gieâ-xu chaïm vaøo, thì hoï baét ñaàu ñi theo vaø phuïc vuï Ngaøi. Thaät phi thöôøng laøm sao khi chöùng kieán caûnh naøy phaûi khoâng? Khi taän maét chöùng kieán nhöõng pheùp laï vaø daáu kyø nhö theá, ngöôøi ta tin vaøo tieáp nhaän Chuùa

Giê-xu, nhaän ñöôïc söï ñaùp lôøi cho nan ñeà trong cuoäc soáng, vaø keâu oám ñau kinh nghieäm ñöôïc coâng taùc chöõa laønh. Hôn theá nöõa, cuõng nhờ Chuùa Giê-xu chöõa laønh daân chuùng vaøo thôøi cuûa Ngaøi, baát cöù ai ñeán tröôùc Chuùa Giê-xu cuõng coù theå nhaän ñöôïc söï chöõa laønh ngay hoâm nay.

Moät ngöôøi ñaøn oâng khoâng khaùc gì so vôùi moät ngöôøi queø naõ ñeán dôï chöông trình Nhoùm Thôø Phöôïng Thaâu Ñeâm Thöù Saùu ngay sau khi Hoäi Thaùnh toâi ñöôïc thaønh laäp. Sau moät tai naïn xe oâ toâ, oâng ñöôïc chöõa trò trong moät khoaûng thôøi gian daøi ôû beänh vieän. Tuy nhieân, bôûi vì daây chaèng ôû ñaàu goái cuûa oâng bò giaõn, neân oâng khoâng theå co ñaàu goái ñöôïc vaø vì baép chaân cuûa oâng khoâng theå cöû ñoäng ñöôïc, neân oâng khoâng theå böôùc ñi. Khi oâng nghe Lôøi Chuùa giaûng ra, oâng mong öôùc tieáp nhaän Ñöùc Chuùa Giê-xu Christ vaø ñöôïc chöõa laønh. Khi toâi caàu nguyeän khaån thieát cho oâng, oâng ñöùng daäy ngay laäp töùc vaø baét ñaàu böôùc ñi vaø chaïy. Cuõng gioáng nhờ ngöôøi queø gaàn cöûa Ñeïp cuûa ñeàn thôø nhaûy leân treân chaân mình vaø baét ñaàu böôùc ñi sau lôøi caàu nguyeän cuûa Phi-e-rô (Coâng Vuï Caùc Söù Ñoà 3:1-10), moät coâng taùc dieäu kyø cuûa Ñöùc Chuùa Trôøi ñaõ ñöôïc baøy toû.

Ñaây laø moät baèng chöùng raèng baát kyø ai tin vaøo Ñöùc Chuùa Giê-xu Christ vaø nhaän laõnh söï tha thöù trong Danh cuûa Ngaøi ñeàu coù theå hoaøn toaøn ñöôïc chöõa laønh khoûi moïi beänh taät – thaäm chí khi chuùng khoâng theå chöõa trò baèng khoa hoïc ngaønh y – vì thaân theå cuûa ngöôøi aáy ñöôïc laøm môùi laïi vaø ñöôïc phuïc hoài. Ñöùc Chuùa Trôøi Ñaáng hoâm qua, ngaøy nay vaø cho ñeán ñôøi ñôøi khoâng heà thay ñoåi (Heâ-bô-rô 13:8) haønh ñoäng trong nhöõng ai tin vaøo Lôøi cuûa Ngaøi vaø tìm kieám tuøy theo löôøng ñöùc tin cuûa hoï, vaø Ngaøi chöõa laønh nhöõng caên beänh khaùc nhau, moâ nhöõng ñoâi maét muø, vaø khieán ngöôøi queø ñöùng daäy.

Baát kyø ai tieáp nhaän Ñöùc Chuùa Gieâ-xu Christ, ñöôïc tha thöù moïi toäi loãi, vaø trôû thaønh con caùi cuûa Ñöùc Chuùa Trôøi baây giôø ñeàu phaûi soáng trong töï do.

Chuùng ta haõy tìm hieåu chi tieát lyù do taïi sao moãi chuùng ta coù theå soáng khoûe maïnh khi chuùng ta tin nhaän Ñöùc Chuùa Gieâ-xu Christ.

Chuùa Gieâ-Xu Bò Ñaùnh Vaø Ñoå Huyeát

Tröôùc khi bò ñoùng ñinh, Chuùa Gieâ-xu bò ñaùnh ñoøn bôûi quaân lính La-maõ vaø tuoân ñoå huyeát Ngaøi trong saân nhaø cuûa Boân-xô Phi-laùt. Quaân lính La-maõ vaøo thôøi cuûa Ngaøi coù söùc khoûe traùng kieän, cöïc kyø maïnh meõ, vaø ñöôïc reøn luyeän kyõ löôõng. Sau heát, hoï laø quaân lính cuûa moät ñeá cheá ñang thoáng trò theá giôùi luùc baáy giôø. Khi nhöõng ngöôøi lính khoûe maïnh naøy coåi aùo Ngaøi ra, vaø quaát roi vaøo Ngaøi, noãi ñau ñôùn toaùt ñoå maø Chuùa

Gieâ-xu chòu khoâng lôøi naøo coù theå dieãn taû ñuû. Coù moãi moät laàn quaát, roi da quaán quanh thaân theå Chuùa Gieâ-xu vaø keùo theo da thòt cuûa Ngaøi, vaø maùu töôm ra töø thaân theå Ngaøi.

Taïi sao Chuùa Gieâ-xu, Con cuûa Ñöùc Chuùa Trôøi, Ñaáng voâ toäi, khoâng laøm sai ñieàu gì, hoaëc coù moät thoùi xaáu naøo, laïi bò ñaùnh ñaäp caùch khaéc nghieät vaø tuoân huyeát vì chuùng ta laø nhöõng toäi nhaân? Gaén vaøo söï kieän naøy laø moät haøm yù veà chöông trình voâ ñaïi saâu saéc vaø ñaùng kinh ngaïc cuûa Ñöùc Chuùa Trôøi.

1 Phi-e-rô 2:23 cho chuùng ta bieát raèng bôûi nhöõng laèn ñoøn Chuùa Gieâ-xu chòu maø chuùng ta ñöôïc laønh beänh. Trong EÂ-sai 53:5 chuùng ta ñoïc thaáy raèng bôûi nhöõng laèn roi Ngaøi chòu maø chuùng ta ñöôïc laønh. Khoaûng hai ngaøn naêm tröôùc ñaây, Chuùa Gieâ-xu Con cuûa Ñöùc Chuùa Trôøi bò ñaùnh ñoøn ñeå giaûi cöùu chuùng ta khoûi söï ñau ñôùn cuûa beänh taät, vaø huyeát Chuùa Gieâ-xu tuoân ñoå vì toäi khoâng soáng theo Lôøi Chuùa cuûa chuùng ta. Khi chuùng ta tin vaøo Chuùa Gieâ-xu Ñaáng naõo bò ñaùnh ñoøn vaø ñoå huyeát, thì chuùng ta naõo ñöôïc giaûi cöùu khoûi beänh taät cuûa chuùng ta vaø ñöôïc chöõa laønh roài. Ñaây laø moät baèng chöùng veà tình yeâu thöông vaø söï khoan ngoan ñaùng kinh ngaïc cuûa Ñöùc Chuùa Trôøi.

Vì theá, neáu baïn ñang maéc beänh khi naõo laø con cuûa Ñöùc Chuùa Trôøi, haõy aên naên toäi mình vaø haõy tin raèng baïn naõo ñöôïc chöõa laønh. Vì *"ñöùc tin laø söï bieát chaéc voõng vaøng cuûa nhöõng ñieàu mình ñöông troâng mong, laø baèng côù cuûa nhöõng ñieàu mình chaúng xem thaáy"* (Hê-bơ-rơ 11:1). Ngay caû khi baïn caûm thaáy ñau trong caùc boä phaän bò aûnh höôûng cuûa cô theå baïn, bôûi ñöùc tin maø baïn coù theå noùi raèng: "Toâi ñaõ ñöôïc chöõa laønh," thì baïn thaät söï seõ ñöôïc chöõa laønh sôùm.

Trong nhöõng naêm hoïc phoå thoâng cuûa toâi, toâi ñaõ bò thöông ôû moät söôøn söôøn vaø moãi laàn noù taùi phaùt, noãi ñau thaät khoâng theå chòu noåi, ñeán ñoä laøm cho toâi khoù thôû. Moät hay hai naêm sau khi toâi tieáp nhaän Ñöùc Chuùa Gieâ-xu Christ, noãi ñau taùi phaùt khi toâi coù naâng moät vaät naëng, vaø toâi thaäm chí coøn khoâng böôùc ñöôïc theâm moät böôùc. Tuy nhieân, bôûi vì toâi ñaõ kinh nghieäm vaø tin vaøo quyeàn naêng cuûa Ñöùc Chuùa Trôøi toái cao, toâi caàu nguyeän khaån thieát: "Khi con cöû ñoäng ngay sau khi con caàu nguyeän, con tin raèng côn ñau seõ tan bieán vaø con seõ böôùc ñi." Khi toâi tin vaøo cha Ñöùc Chuùa Trôøi Toái Cao cuûa toâi vaø xoùa boû yù nghó veà côn ñau, toâi coù theå ñöùng daäy vaø böôùc ñi, nhö theå noãi ñau cha ôû trong töôûng töôïng cuûa toâi maø thoâi.

Vì Chuùa Gieâ-xu baûo chuùng ta trong Maùc 11:24: *"Quaû thaät, ta noùi cuøng caùc ngöôi: Moïi ñieàu caùc ngöôi xin trong luùc caàu nguyeän, haõy tin ñaõ ñöôïc, taát ñieàu ñoù seõ ban cho caùc ngöôi,"* neân neáu chuùng ta tin raèng chuùng ta ñaõ ñöôïc chöõa laønh, thì chuùng ta seõ thaät söï nhaän ñöôïc söï chöõa laønh theo löôïng ñöùc tin cuûa chuùng ta. Tuy nhieân, neáu chuùng ta nghó raèng chuùng ta vaãn chöa ñöôïc laønh bôûi vì côn ñau keùo daøi, thì caên beänh seõ khoâng ñöôïc chöõa laønh. Noùi caùch khaùc, chæ khi chuùng ta beõ gaõy caùi khung suy nghó cuûa chuùng ta, moïi vieäc seõ ñöôïc hoaøn taát theo löôïng ñöùc tin cuûa chuùng ta.

AÁy laø vì sao Ñöùc Chuùa Trôøi baûo chuùng ta raèng taâm trí toäi loãi laø keû thuø cuûa Ñöùc Chuùa Trôøi (Roâ-ma 8:7), vaø Ngaøi thuùc giuïc chuùng ta phaûi choáp laáy moïi suy nghó, vaø khieán cho noù vaâng phuïc Ñöùc Chuùa Trôøi (2 Coâ-rinh-toâ 10:5). Hôn theá nöõa, trong Ma-thi-ô 8:17 chuùng ta thaáy raèng Chuùa Gieâ-xu mang laáy ñau oám vaø gaùnh beänh taät thay cho chuùng ta. Neáu baïn nghó raèng 'Toâi thaät yeáu ñuoái,' thì baïn chæ coù theå tieáp tuïc yeáu ñuoái. Tuy nhieân, baát keå cuoäc soáng baïn khoù khaên vaø meät moûi ñeán ñaâu, neáu moãi mieäng baïn xöng nhaän: "Vì toâi coù quyeàn naêng vaøo aân ñieån cuûa Ñöùc Chuùa Trôøi vaø vì Ñöùc Thaùnh Linh ngöï trò trong toâi, neân toâi khoâng meät moûi," thì söï meät moûi seõ tan bieán vaø baïn seõ bieán ñoåi thaønh moät ngöôøi cöôøng traùng.

Neáu baïn tin chaéc vaøo Ñöùc Chuùa Gieâ-xu Christ Ñaáng gaùnh laáy oám ñau vaø mang laáy beänh taät cuûa chuùng ta, chuùng ta phaûi nhôù raèng khoâng coù lyù do naøo ñeå chuùng ta phaûi ñau ñôùn vì beänh taät.

Khi Chuùa Gieâ-xu thaáy ñöùc tin cuûa hoï

Vì chuùng ta ñöôïc chöõa laønh khoûi beänh bôûi laèn roi Chuùa Gieâ-xu chòu, neân ñieàu chuùng ta caàn laø ñöùc tin maø bôûi noù chuùng ta coù theå tin ñöôïc ñieàu naøy. Ngaøy hoâm nay, nhieàu ngöôøi khoâng tin vaøo Ñöùc Chuùa Gieâ-xu Christ laïi ñeán tröôùc Ngaøi cuøng vôùi beänh taät cuûa hoï. Moät soá ngöôøi ñöôïc chöõa laønh ít laâu sau khi hoï tieáp nhaän Ñöùc Chuùa Gieâ-xu Christ trong khi soá khaùc khoâng thaáy chuùt tieán trieån naøo sau nhieàu thaùng caàu nguyeän. Nhoùm sau caàn phaûi xem vaø xeùt laïi ñöùc tin cuûa hoï.

Vôùi phaàn mieâu taû trong Maùc 2:1-12, chuùng ta haõy khaûo saùt xem ngöôøi baïi vaø boán ngöôøi baïn cuûa anh baøy toû ñöùc tin cuûa hoï nhö theá naøo, ñaõ buoäc baøn tay chöõa laønh cuûa Chuùa giuùi phoùng anh khoûi beänh cuûa anh, vaø quy vinh hieån veà cho Ñöùc Chuùa Trôøi.

Khi Chuùa Gieâ-xu vieáng thaêm thaønh Ca-beâ-na-um, tin töùc veà vieäc Ngaøi ñeán lan roäng nhanh choùng vaøo moät ñaùm ñoâng lôùn ñaõ nhoùm laïi. Chuùa Gieâ-xu giaûng cho hoï veà Lôøi cuûa Ñöùc Chuùa Trôøi – leõ thaät – vaø ñaùm ñoâng taäp trung chuù yù, vôùi hy voïng khoâng boû loõ moät lôøi naøo cuûa Chuùa Gieâ-xu. Ngay luùc aáy, boán ngöôøi ñaøn oâng khieân moät ngöôøi baïi naèm treân giöôøng ñeán, nhöng vì ñaùm ñoâng lôùn quaù, hoï khoâng theå khieâng ngöôøi baïi ñeán gaàn Chuùa Gieâ-xu ñöôïc.

Daàu vaäy, hoï khoâng boû cuoäc. Thay vaøo ñoù, hoï leo

leân maùi nhaø nôi Chuùa Gieâ-xu ñang ôû, moâ moät caùi loã phía treân Ngaøi, doà maùi nhaø, vaø doøng chieác giöôøng maø ngöôøi baïi ñang naèm xuoáng. Khi Chuùa Gieâ-xu thaáy ñöùc tin cuûa hoï, Ngaøi phaùn cuøng ngöôøi baïi raèng: "Hôõi con ta, toäi loãi ngöôi ñaõ ñöôïc tha… haõy ñöùng daäy, vaùc giöôøng ñi veà nhaø," vaø ngöôøi baïi nhaän ñöôïc söï chöõa laønh maø anh ñaõ heát söùc ao öôùc. Khi anh vaùc giöôøng vaø böôùc ra ngoaøi tröôùc maét moïi ngöôøi, daân chuùng ngaïc nhieân vaø daâng vinh hieån cho Ñöùc Chuùa Trôøi.

Ngöôøi baïi ñaõ chòu khoå bôûi moät caên beänh naëng ñeán noãi anh khoâng theå töï di chuyeån. Khi ngöôøi baïi nghe tin veà Chuùa Gieâ-xu, Ñaáng ñaõ môû maét cho keû muø, cho ngöôøi queø ñöôïc ñöùng leân, chöõa laønh ngöôøi phung, ñuoåi taø ma, vaø chöõa laønh nhieàu söï ñau khoå vì haøng loaït caùc caên beänh, thì anh ta muoán gaëp Chuùa Gieâ-xu voâ cuøng. Vì anh coù moät taám loøng toát, khi ngöôøi baïi nghe tin nhö vaäy, anh ao öôùc gaëp Chuùa Gieâ-xu khi anh tìm ñöôïc nôi Ngaøi seõ ôû.

Roài moät ngaøy kia, ngöôøi baïi nghe raèng Chuùa Gieâ-xu ñaõ ñeán thaønh Ca-beâ-na-um. Baïn coù theå töôûng töôïng anh ta vui möøng ñeán côõ naøo khi nghe ñöôïc tin ñoù khoâng? Anh ta aét haún ñaõ tìm ñeán nhöõng ngöôøi baïn coù theå giuùp ñôõ anh, vaø nhöõng ngöôøi baïn cuûa anh, laø nhöõng ngöôøi may maén coù ñöôïc tin, ñaõ saün saøng chaáp nhaän lôøi nhôø vaû cuûa baïn mình. Vì caùc baïn cuûa ngöôøi baïi cuõng nghe tin veà Chuùa Gieâ-xu, neân khi baïn cuûa hoï khaån thieát nhôø hoï khieâng anh ñeán vôùi Chuùa Gieâ-xu, hoï lieàn ñoàng yù.

Neáu caùc baïn cuûa ngöôøi baïi phôùt lôø yeâu caàu cuûa anh vaø cheá gieãu anh raèng: "Sao anh laïi coù theå tin vaøo nhöõng vieäc aáy khi anh chöa töøng taän maét chöùng kieán ñöôïc chöù?" thì hoï ñaõ khoâng traûi qua nhöõng khoù khaên ñeå giuùp ñôõ baïn cuûa hoï. Tuy nhieân, bôûi vì hoï cuõng coù ñöùc tin, neân hoï coù theå khieâng baïn cuûa mình treân giöôøng, moãi ngöôøi khieâng moät goùc giöôøng, vaø thaäm chí gaëp nan ñeà khi ñoâ noùc nhaø.

Khi hoï thaáy ñaùm ñoâng loàn ngang nhoøm laïi sau khi traûi qua moät chaëng ñöôøng ñaày khoù khaên, vaø hoï khoâng theå chen qua ñeå ñeán gaàn Chuùa Gieâ-xu ñöôïc, hoï aét haún ñaõ lo laéng vaø ngaõ loøng nhö theá naøo? Hoï chaéc ñaõ yeâu caàu vaø naøi xin moïi ngöôøi môû moät loái ñi nhoû. Tuy nhieân, bôûi vì soá löôïng ngöôøi nhoøm laïi ñoâng quaù, neân hoï khoâng tìm ñöôïc moät loái vaøo naøo vaø hoï daàn tuyeät voïng. Cuoái cuøng, hoï quyeát ñònh leo leân maùi nhaø nôi Chuùa Gieâ-xu ñang ngoài, taïo moät loái vaøo, vaø doøng baïn cuûa hoï ñang naèm treân giöôøng xuoáng tröôùc maët Chuùa Gieâ-xu. Ngöôøi baïi ñeán vaø gaëp Chuùa Gieâ-xu töø khoaûng caùch gaàn nhaát so vôùi nhöõng ngöôøi khaùc ñang nhoøm laïi ñoù. Qua caâu chuyeän naøy, chuùng ta hoïc ñöôïc öùc mong ñeán tröôùc Chuùa Gieâ-xu cuûa ngöôøi baïi vaø caùc baïn anh khaån thieát ñeán möùc naøo.

Chuùng ta phaûi chuù yù ñeán söï kieän raèng ngöôøi baïi

vaøo caùc baïn cuûa anh khoâng ñôn giaûn chæ ñeán tröôùc Chuùa Gieâ-xu. Söï thaät laø hoï phaûi ñi qua nhöõng khoù khaên ñoù ñeå gaëp ñöôïc Ngaøi chæ sau khi nghe tin veà Ngaøi cho chuùng ta thaáy raèng hoï tin vaøo tin töùc veà Ngaøi vaø söï ñieäp maø Ngaøi daïy. Hôn theá nöõa, boûi vieäc vöôït qua nhöõng trôû ngaïi, nhaãn naïi, vaø tieáp caän Chuùa Gieâ-xu caùch xoâng xaùo, ngöôøi baïi vaø caùc baïn cuûa anh ñaõ baøy toû hoï ñaõ haï mình theá naøo khi ñeán tröôùc Ngaøi.

Khi ngöôøi ta thaáy ngöôøi baïi vaø caùc baïn anh ñi leân maùi nhaø vaø môû loái vaøo, ñaùm ñoâng coù theå khinh bæ hoï hoaëc noåi giaän cuøng hoï. Coù leõ moät söï kieän maø chuùng ta thaäm chí khoâng theå töôûng töôïng ra ñaõ xaûy ra. Tuy nhieân, ñoái vôùi naêm ngöôøi naøy, khoâng ñieàu gì vaø khoâng ai coù theå ngaên trôû con ñöôøng cuûa hoï. Moät khi hoï gaëp ñöôïc Chuùa Gieâ-xu, thì ngöôøi baïi seõ ñöôïc chöõa laønh vaø hoï coù theå söûa laïi maùi nhaø ñaõ daïng hoaëc ñeàn buø hö haïi maùi nhaø.

Tuy nhieân, ngaøy nay, giöõa voøng nhöõng ngöôøi chòu khoå vì nhöõng caên beänh nghieâm troïng, thaät khoù ñeå tìm thaáy chính ngöôøi beänh hoaëc gia ñình cuûa anh ta baøy toû ñöôïc tin. Thay vì tìm caùch tieáp caän Chuùa Gieâ-xu, hoï laïi coøn noùi raèng: "Toâi beänh khuûng khieáp. Toâi muoán ñi nhöng toâi khoâng theå ñi," hoaëc "Ngöôøi naøy ngöôøi kia trong gia ñình toâi yeáu ñeán noãi khoâng theå di chuyeån coå aáy ñi ñöôïc." Thaät laø ngaõ loøng khi thaáy nhöõng ngöôøi tieâu cöïc nhö theá, laø nhöõng ngöôøi tieâu cöïc nhö theá laø những người dường nhỏ chờ trông chờ một quaû taøo töø caây taøo rôi ngay mieäng hoï. Noùi caùch khaùc, nhöõng ngöôøi naøy thieáu ñöùc tin.

Neáu ngöôøi ta tuyeân xöng ñöùc tin nôi Ñöùc Chuùa Trôøi, thì phaûi coù söï khaån thieát maø bôûi ñoù hoï coù theå baøy toû ñöùc tin. Vì moät ngöôøi khoâng theå kinh nghieäm ñöôïc coâng vieäc cuûa Ñöùc Chuùa Trôøi bôûi ñöùc tin naøo nhaän ñöôïc vaø löu tröõ chæ nhờ laø kieán thöùc maø thoâi, chæ khi naøo ngöôøi aáy baøy toû ñöùc tin qua vieäc laøm, thì ñöùc tin cuûa ngöôøi aáy trôû thaønh ñöùc tin soáng vaø neàn taûng cuûa ñöùc tin ñöôïc xaây döïng ñeå nhaän laõnh ñöùc tin thuoäc linh do Ñöùc Chuùa Trôøi ban cho. Vì theá, cuõng nhờ ngöôøi bại nhaän ñöôïc coâng taùc chöõa laønh cuûa Ñöùc Chuùa Trôøi vì neàn taûng ñöùc tin cuûa anh ta, chuùng ta cuõng phaûi trôû neân khoân ngoan vaø baøy toû cho Ngaøi nhöõng neàn taûng ñöùc tin – lao baûn thaân ñöùc tin – ñeå maø chuùng ta cuõng coù theå soáng ñôøi soáng maø chuùng ta nhaän ñöôïc ñöùc tin thuoäc linh do Ñöùc Chuùa Trôøi ban cho vaø kinh nghieäm ñöôïc caùc pheùp laï cuûa Ngaøi.

Toäi loãi ngöôi ñaõ ñöôïc tha

Chuùa Gieâ-xu phaûn cöùng ngöôøi bại ñaùn tröôùc Ngaøi vôùi söï giuùp ñỡ cuûa boán ngöôøi baïn raèng: "Hõi con ta, toäi loãi ngöôi ñaõ ñöôïc tha," vaø giaûi quyeát nan ñeà veà toäi loāi. Vì moät ngöôøi khoâng theå nhaän ñöôïc söï ñaùp lôøi khi coù moät böùc töôøng toäi loãi giöõa ngöôøi aáy vaø Ñöùc Chuùa Trôøi, Chuùa Gieâ-xu tröôùc heát giaûi quyeát nan ñeà toäi loãi cho ngöôøi baïi, laø ngöôøi ñaõ ñeán vôùi Ngaøi vôùi moät neàn taûng ñöùc tin.

Neáu chuùng ta thöïc söï tuyeân xöng ñöùc tin cuûa chuùng ta nôi Ñöùc Chuùa Trôøi, Kinh Thaùnh chæ cho chuùng ta bieát chuùng ta phaûi ñeán tröôùc Ngaøi vôùi thaùi ñoä naøo vaø chuùng ta neân haønh ñoäng ra sao. Bôûi vaâng theo nhöõng maïng leänh nhö "Haõy," "Ñöøng," "Haõy giöõ," "Haõy töø boû," vaø nhöõng ñieàu töông töï, moät ngöôøi khoâng coâng bình seõ chuyeån hoùa thaønh moät ngöôøi coâng chính, vaø moät ngöôøi nuùi doái seõ trôû thaønh moät ngöôøi thaät thaø vaø löông thieän. Khi chuùng ta vaâng theo Lôøi cuûa leõ thaät, toäi loãi cuûa chuùng ta seõ ñöôïc taåy saïch bôûi huyeát cuûa Chuùa chuùng ta, vaø khi chuùng ta nhaän laõnh söï tha thöù, thì söï baûo veä vaø nhaäm lôøi cuûa Ñöùc Chuùa Trôøi seõ töø treân cao maø ñeán.

Vì moïi beänh taät ñeàu phaùt nguoàn töø toäi loãi, neân moät khi nan ñeà toäi loãi ñöôïc giaûi quyeát, thì ñieàu kieän maø coâng taùc cuûa Ñöùc Chuùa Trôøi coù theå ñöôïc baøy toû seõ hình thaønh. Cuõng nhö boùng ñeøn ñöôïc chieáu saùng vaø maùy moùc vaän haønh khi ñieän vaøo coïc döông vaø thoaùt ra ôû coïc aâm, khi Ñöùc Chuùa Trôøi thaáy neàn taûng ñöùc tin cuûa moät ngöôøi, Ngaøi seõ coâng boá söï tha thöù vaø ban cho ngöôøi aáy ñöùc tin töø treân cao, baèng caùch aáy saûn sinh ra moät pheùp laï.

"Haõy ñöùng daäy, vaùc giöôøng ñi veà nhaø" (Maùc 2:11). Thaät laø moät söï chuù yù thaân tình laøm sao! Khi thaáy ñöôïc tin cuûa ngöôøi baïi cuøng boán ngöôøi baïn cuûa anh, Chuùa Gieâ-xu giaûi quyeát nan ñeà toäi loãi vaø ngöôøi baïi böôùc ñi ngay laäp töùc. Sau moät thôøi gian daøi ao öôùc, anh ñaõ trôû thaønh nguyeân veïn laàn nöõa. Töông töï nhö theá, neáu chuùng ta ao öôùc nhaän ñöôïc söï nhaäm lôøi khoâng chæ cho beänh taät maø cuõng cho baát kyø nan ñeà naøo chuùng ta gaëp phaûi, chuùng ta phaûi nhôù raèng tröôùc heát phaûi nhaän ñöôïc söï tha thöù vaø laøm cho taám loøng chuùng ta ñöôïc saïch seõ.

Khi ngöôøi ta coù ít ñöùc tin, hoï coù theå tìm kieám nhöõng giaûi phaùp cho beänh taät cuûa hoï baèng caùch döïa vaøo thuoác men hoaëc döôïc só, nhöng khi ñöùc tin cuûa hoï ñaõ tröôûng thaønh vaø hoï yeâu meán Chuùa cuõng soáng theo Lôøi Ngaøi, thì beänh taät khoâng xaâm haïi hoï nöõa. Ngay caû luùc hoï maéc beänh, khi hoï tröôùc heát nhìn laïi chính mình, aên naên töø ñaùy loøng hoï, vaø xaây boû ñöôøng loái toäi loãi cuûa hoï, thì ngay laäp töùc hoï nhaän ñöôïc söï chöõa laønh. Toâi bieát nhieàu ngöôøi trong soá caùc baïn ñaõ töøng kinh nghieäm ñieàu naøy roài.

Khoaûng thôøi gian tröôùc ñaây, moät tröôûng laõo trong Hoäi Thaùnh toâi ñöôïc chuaån ñoaùn bò thoaùt vò ñóa ñeäm vaø baát thình lình oâng khoâng theå di chuyeån ñöôïc. Ngay laäp töùc, oâng nhìn laïi cuoäc ñôøi mình, aên naên, vaø ñöôïc toâi caàu thay. Coâng taùc chöõa laønh cuûa Ñöùc Chuùa Trôøi xaûy ra laäp töùc vaø oâng ñöôïc laønh trôû laïi.

Khi ñöùa con gaùi bò soát, ngöôøi meï cuûa ñöùa treû nhaän ra raèng söï noùng tính cuûa baø laø nguoàn goác cuûa beänh cuûa ñöùa treû, vaø khi baø aên naên toäi ñoù thì ñöùa treû ñöôïc laønh.

Ñeå giaûi cöùu nhaân loaïi laø nhöõng ngöôøi ñang ñi treân con ñöôøng ñeán söï huûy dieät, bôûi vì söï baát tuaân cuûa A-ñam, Ñöùc Chuùa Trôøi ñaõ sai Ñöùc Chuùa Gieâ-xu Christ vaøo trong theá gian naøy, vaø cho pheùp Ngaøi chòu söï ruûa saû vaø bò ñoùng ñinh treân caây goã thay cho chuùng ta. Ñaáy laø vì sao Kinh Thaùnh noùi raèng: *"Khoâng coù söï ñoå huyeát thì khoâng coù söï tha thöù,"* (Heâ-bô-rô 9:22) vaø *"Ñaùng ruûa thay laø keû bò treo treân caây goã"* (Ga-la-ti 3:13).

Theá thì chuùng ta bieát raèng vaán ñeà cuûa toäi loãi baét nguoàn töø toäi loãi, chuùng ta phaûi aên naên moïi toäi loãi mình vaø thaønh khaån tin vaøo Ñöùc Chuùa Gieâ-xu Christ Ñaáng giaûi cöùu chuùng ta khoûi moïi beänh taät, vaø bôûi ñöùc tin aáy chuùng ta phaûi soáng khoûe maïnh. Nhieàu tín höõu ngaøy nay ñang kinh nghieäm ñöôïc söï chöõa laønh, laøm chöùng laïi quyeàn naêng cuûa Ñöùc Chuùa Trôøi vaø laøm nhaân chöùng cho Ñöùc Chuùa Trôøi Haèng Soáng. Ñieàu naøy cho chuùng ta thaáy raèng baát kyø ai tieáp nhaän Ñöùc Chuùa Gieâ-xu Christ vaø caàu xin trong Danh cuûa Ngaøi, thì moïi nan ñeà veà beänh taät coù theå ñöôïc giaûi ñaùp. Baát chaáp caên beänh cuûa moät ngöôøi coù nghieâm troïng ñeán ñaâu chaêng nöõa, nhöng khi ngöôøi aáy tin trong loøng raèng Ñöùc Chuùa Gieâ-xu Christ Ñaáng chòu ñoùn roi vaø tuoân huyeát Ngaøi ra, thì moät coâng taùc chöõa laønh ñaùng ngaïc nhieân cuûa Ñöùc Chuùa Trôøi seõ ñöôïc baøy toû.

Ñöùc Tin Ñöôïc Hoaøn Thieän Bôûi Vieäc Laøm

Nhö ngöôøi baïi nhaän ñöôïc söï chöõa laønh vôùi söï giuùp ñôõ cuûa boán ngöôøi baïn cuûa anh sau khi hoï cho Chuùa Gieâ-xu thaáy ñöùc tin cuûa hoï, neáu chuùng ta muoán nhaän ñöôïc nhieàu loøng chuùng ta ao öôùc, thì chuùng ta cuõng phaûi toû cho Ñöùc Chuùa Trôøi thaáy ñöùc tin cuûa chuùng ta ñi keøm vôùi vieäc laøm, theo caùch aáy chöùng minh ñöôïc neàn taûng cuûa ñöùc tin. Ñeå giuùp ñôõ ngöôøi ñoïc hieåu hôn veà "ñöùc tin," toâi seõ ñöa ra lôøi giaûi thích ngaén goïn.

Trong ñôøi soáng cuûa moät ngöôøi trong Ñaáng Christ, "ñöùc tin" coù theå ñöôïc chia ra vaø giaûi thích theo hai loaïi. "Ñöùc tin xaùc thòt" hay "ñöùc tin lao tri thöùc" aùm chæ ñeán loaïi ñöùc tin maø moät ngöôøi coù theå tin bôûi vì nhöõng baèng chöùng vaät lyù vaø Lôøi Chuùa phuø hôïp vôùi kieán thöùc vaø suy nghó cuûa ngöôøi aáy. Traùi laïi, "ñöùc tin thuoäc linh" laø loaïi ñöùc tin maø moät ngöôøi coù theå tin ñöôïc ngay caû khi ngöôøi aáy khoâng theå nhìn thaáy vaø Lôøi Chuùa khoâng phuø hôïp vôùi kieán thöùc vaø suy nghó cuûa ngöôøi aáy.

Bôûi "ñöùc tin xaùc thòt," moät ngöôøi tin raèng ñieàu gì thaáy ñöôïc ñaõ ñöôïc döïng neân töø moät vaät khaùc cuõng nhìn thaáy ñöôïc. Vôùi "ñöùc tin thuoäc linh" maø moät ngöôøi khoâng theå coù ñöôïc neáu ngöôøi aáy keát hôïp suy nghó vaø kieán thöùc cuûa chính ngöôøi aáy, moät ngöôøi tin raèng ñieàu thaáy ñöôïc coù theå ñöôïc taïo neân töø caùi khoâng thaáy ñöôïc. Nhoùm sau ñöôïc höôùng vieäc phaùn xeùt kieán thöùc vaø suy nghó cuûa moät ngöôøi.

Töø luùc sinh ra, moät löôïng kieán thöùc khoâng theå tính toaùn noåi ñöôïc ghi vaøo naõo cuûa moãi ngöôøi. Nhöõng ñieàu ngöôøi aáy thaáy vaø nghe ñeàu ñöôïc ghi laïi. Nhöõng ñieàu ngöôøi aáy hoïc ôû nhaø vaø ôû tröôøng cuõng ñöôïc ghi laïi. Nhöõng ñieàu ngöôøi aáy hoïc ñöôïc trong moâi tröôøng vaø ñieàu kieän khaùc nhau ñeàu ñöôïc ghi laïi. Tuy nhieân, vì khoâng phaûi moïi kieán thöùc ñöôïc ghi laïi ñeàu laø ñuùng, neân baát kyø kieán thöùc naøo maø traùi ngöôïc vôùi Lôøi cuûa Ñöùc Chuùa Trôøi thì ngöôøi aáy phaûi töø nhieân boû ñi. Ví duï, ôû tröôøng, moät ngöôøi hoïc raèng moïi vaät soáng ñeàu hoaëc chia ra hoaëc tieán hoùa töø moät hôn töø thaønh sinh vaät ña baøo, nhöng trong Kinh Thaùnh, anh ta laïi hoïc ñöôïc raèng moïi vaät soáng ñeàu ñöôïc taïo döïng tuøy theo loaïi bôûi Ñöùc Chuùa Trôøi. Vaäy ngöôøi aáy neân laøm gì? Söï aûo töôûng cuûa thuyeát tieán hoùa ñaõ bò vaïch traàn bôûi chính khoa hoïc, heát laàn naøy ñeán laàn khaùc. Ngay caû vôùi lyù trí cuûa con ngöôøi, thì laøm theá naøo moät con khæ laïi coù theå tieán hoùa thaønh con ngöôøi, vaø moät con eách laïi tieán hoùa thaønh moät con chim qua moät quaõng thôøi gian haøng traêm hay haøng trieäu naêm? Ngay caû luaän lyù hoïc cuõng uûng hoä cho söï saùng tao.

Töông töï nhö theá, khi "ñöùc tin xaùc thòt" ñöôïc chuyeån thaønh "ñöùc tin thuoäc linh," khi caùc nghi ngôø cuûa baïn bò quaêng xa, thì baïn seõ ñeán vaø ñöùng treân hoøn ñaù ñöùc tin. Theâm vaøo ñoù, neáu baïn tuyeân xöng ñöùc tin nôi Ñöùc Chuùa Trôøi, thì baây giôø baïn phaûi ñöa Lôøi Chuùa maø baïn ñaõ löu tröõ nhö laø kieán thöùc cuûa baïn vaøo thöïc teá. Neáu baïn xöng nhaän raèng mình tin nôi Ñöùc Chuùa Trôøi, thì baïn phaûi baøy toû chính mình nhö laø ngöôøi ñeán baèng caùch giöõ Ngaøy cuûa Chuùa neân thaùnh, yeâu thöông ngöôøi laân caän, vaø vaâng theo Lôøi cuûa Leõ Thaät.

Neáu ngöôøi baïi trong Maùc 2 ôû nhaø, thì anh ta seõ khoâng ñöôïc chöõa laønh. Tuy nhieân, vì anh ta tin raèng anh seõ ñöôïc chöõa laønh moät khi anh ñeán tröôùc Chuùa Gieâ-xu, vaø baøy toû ñöùc tin anh baèng caùch aùp duïng vaø taän duïng moïi phöông phaùp coù saün, neân ngöôøi baïi coù theå nhaän ñöôïc söï chöõa laønh. Ngay caû neáu moät ngöôøi öôùc ao xaây döïng moät ngoâi nhaø maø chæ caàu nguyeän: "Laïy Chuùa, con tin raèng caên nhaø seõ ñöôïc xaây xong," moät traêm hay moät ngaøn lôøi caàu nguyeän seõ khoâng ñem laïi keát quaû laø caên nhaø ñang ñöôïc töï noù döïng leân. Anh ta caàn phaûi goùp phaàn coâng vieäc baèng caùch chuaån bò cho cuûi neàn, ñaøu ñaát leân, döïng coät, vaø nhöõng phaàn coøn laïi; noùi toùm laïi, "vieäc laøm" laø ñieàu caàn thieát. Neáu baïn hay baát kyø ai trong gia ñình baïn maéc beänh, haõy tin raèng Ñöùc Chuùa Trôøi seõ ban söï tha thöù vaø baøy toû coâng taùc chöõa laønh khi Ngaøi thaáy moïi ngöôøi trong gia ñình baïn hieäp nhaát trong tình yeâu thöông, söï hieäp nhaát maø Ngaøi cho raèng ñoù laø neàn taûng cuûa ñöùc tin. Moät soá ngöôøi noùi raèng bôûi vì coù kyõ cho moïi vieäc, cuõng seõ coù kyõ chöõa laønh nöõa. Tuy nhieân, haõy nhôù raèng "kyø" laø khi con ngöôøi chuùng mình ñöôïc neàn taûng cuûa ñöùc tin tröôùc Ñöùc Chuùa Trôøi.

Nguyeän raèng baïn nhaän ñöôïc söï ñaùp lôøi cho beänh taät cuõng nhö cho moïi ñieàu khaùc maø baïn caàu xin, vaø daâng vinh hieån leân cho Ñöùc Chuùa Trôøi. Toâi caàu nguyeän trong danh Chuùa chuùng ta.

Chöông 5

Quyeàn Naêng ñeå Chöõa Laønh Caùc Thöù Taät Beänh

Ma-thi-ô 10:1

Ñöùc Chuùa Jeâsus goïi möôøi hai moân ñoà ñeán, ban quyeàn pheùp tröø taø ma, vaø chöõa caùc thöù taät bònh.

Quyeàn Naêng ñeå Chöõa Laønh Beänh Taät vaø OÁm Ñau

Coù nhieàu caùch ñeå chöùng minh Ñöùc Chuùa Trôøi haèng soáng cho nhöõng ngöôøi khoâng tin, vaø söï chöõa laønh beänh laø moät trong nhöõng phöông caùch ñoù. Khi ngöôøi ta chòu khoå vì nhöõng caên beänh nan y vaø ôû vaøo thôøi kyø cuoái, maø nhöõng öùng duïng khoa hoïc y teá choáng laïi vôùi nhöõng caên beänh aáy laïi khoâng hieäu quaû, khi hoï nhaän ñöôïc söï chöõa laønh, thì hoï seõ khoâng coøn coù theå choái töø quyeàn naêng cuûa Ñöùc Chuùa Trôøi Ñaáng Saùng Taïo nhöng ñaén tin vaøo quyeàn naêng aáy vaø daâng vinh hieån leân cho Ngaøi.

Baát chaáp söùc khoûe, thaåm quyeàn, danh voïng, vaø kieán thöùc, nhieàu ngöôøi ngaøy nay khoâng theå giaûi quyeát nan ñeà veà beänh taät vaø bò boù roï trong noãi ñau ñôùn cuûa noù. Maëc daàu moät phaàn lôùn nhöõng caên beänh khoâng chöõa ñöôïc ngay caû vôùi hình thöùc khoa hoïc y teá phaùt trieån cao nhaát, nhöng khi ngöôøi ta tin vaøo Ñöùc Chuùa Trôøi toái cao, nöông caäy nôi Ngaøi, vaø trình daâng nan ñeà beänh taät leân cho Ngaøi, taát caû nhöõng caên beänh nan y vaø ôû vaøo thôøi kyø cuoái ñeàu coù theå ñöôïc chöõa laønh. Ñöùc Chuùa Trôøi cuûa chuùng ta laø Ñöùc Chuùa Trôøi coù quyeàn tuyeät ñoái, vôùi Ngaøi khoâng ñieàu chi laø khoâng theå, vaø Ngaøi laø Ñaáng coù theå taïo ra moïi vaät töø choã khoâng coù gì, khieán caây khoâ ñaâm choài vaø nôû hoa (Daân-soá Kyù 17:8), vaø laøm cho keû cheát soáng laïi (Giaêng 11:17-44).

Quyeàn naêng cuûa Ñöùc Chuùa Trôøi chuùng ta thaät coù theå chöõa laønh baát cöù beänh taät vaø oám ñau naøo. Trong Ma-thi-ô 4:23, chuùng ta thaáy raèng: *"Ñöùc Chuùa Jeâsus ñi khaép xöù Ga-li-leâ, daïy doã trong caùc nhaø hoäi, giaûng tin laønh cuûa nöôùc Ñöùc Chuùa Trôøi, vaø chöõa laønh moïi thöù taät bònh trong daân,"* vaø trong Ma-thi-ô 8:17 chuùng ta ñoïc thaáy: *"Vaäy cho ñöôïc öùng nghieäm lôøi cuûa Ñaáng tieân tri EÂ-sai ñaõ noùi raèng: Chính Ngaøi ñaõ laáy taät nguyeàn cuûa chuùng ta, vaø gaùnh bònh hoaïn cuûa chuùng ta."* Trong nhöõng phaân ñoaïn naøy, "beänh hoaïn," "taät beänh," vaø "oám yeáu" ñöôïc nhaéc ñeán.

ÔÛ ñaây, "oám yeáu" khoâng chæ noùi ñeán moät caên beänh khaù nheï nhö caûm laïnh hay chöùng meät moûi. Noù laø moät ñieàu kieän baát thöôøng maø taïi ñoù, caùc chöùc naêng cuûa moät cô theå ngöôøi, boä phaän cô theå, hoaëc caùc cô quan trôû neân bò lieät hay bò thoaùi hoùa do moät tai naïn hoaëc do moät loaïi laàm naøo ñoù cuûa cha meï hoaëc baûn thaân ngöôøi aáy. Ví duï, nhöõng ngöôøi bò caâm, ñieác, muø, queø, chòu khoå vì chöùng baïi lieät töø khi coøn nhoû (maët khaùc ñöôïc bieát ñeán nhö laø beänh baïi lieät), vaø nhöõng beänh khaùc – laø nhöõng caên beänh khoâng theå chöõa trò ñöôïc bôûi kieán thöùc cuûa con ngöôøi – ñeàu coù theå phaân vaøo haøng "nhöõng oám yeáu." Theâm vaøo caùc ñieàu kieän gaây ra bôûi moät tai naïn hay loãi laàm cuûa cha meï hoaëc do baûn thaân ngöôøi ñoù, cuõng nhö trong tröôøng hôïp cuûa ngöôøi ñaøn oâng boû muø töø thuôû sinh ra trong Giaêng 9:1-3, coù nhöõng ngöôøi chòu khoå vì nhöõng oám ñau ñeå vinh hieån cuûa Ñöùc Chuùa Trôøi ñöôïc baøy toû. Tuy nhieân, nhöõng tröôøng hôïp nhö theá raát hieám vaø phaàn lôùn tröôøng hôïp bò gaây ra bôûi söï ngu doát vaø loãi laàm cuûa con ngöôøi.

Khi ngöôøi ta aên naên vaø tieáp nhaän Ñöùc Chuùa Gieâ-xu Christ luùc hoï tìm kieám ñeå tin vaøo Ñöùc Chuùa Trôøi, thì Ngaøi ban cho hoï Ñöùc Thaùnh Linh nhö laø moät moùn quaø. Cuøng vôùi Ñöùc Thaùnh Linh, hoï cuõng seõ nhaän ñöôïc quyeàn trôû neân con caùi cuûa Ñöùc Chuùa Trôøi. Khi Ñöùc Thaùnh Linh ôû cuøng hoï, ngoaïi trö õ nhöõng tröôøng hôïp raát naëng vaø nghieâm troïng, thì phaàn lôùn beänh taät ñeàu ñöôïc chöõa laønh. Söï thaät raèng hoï ñaõ nhaän laõnh ñöôïc Ñöùc Thaùnh Linh cho pheùp löûa Thaùnh Linh giaùng treân hoï vaø phaù saïch moïi veát thöông cuûa hoï. Hôn theá nöõa, duø laø moät ngöôøi phaûi chòu moät caên beänh hieåm ngheøo, nhöng khi ngöôøi aáy khaån thieát caàu nguyeän trong ñöùc tin, phaù huûy böùc töôøng cuûa toäi loãi giöõa ngöôøi aáy vaø Ñöùc Chuùa Trôøi, xaây khoûi ñöôøng loái toäi loãi, vaø aên naên, thì ngöôøi aáy seõ nhaän ñöôïc söï chöõa laønh tuøy theo löôïng ñöùc tin cuûa ngöôøi aáy.

"Löûa Thaùnh Linh" aùm chæ ñeán söï baùp-tem baèng löûa dieãn ra sau khi moät ngöôøi nhaän laõnh Ñöùc Thaùnh Linh, vaø trong maét Ñöùc Chuùa Trôøi aáy laø quyeàn naêng cuûa Ngaøi. Khi maét thuoäc linh cuûa Giaêng Baùp-tít ñöôïc môû ra vaø nhìn thaáy, oâng moâ taû löûa Thaùnh Linh nhö "pheùp baùp-tem baèng löûa." Trong Ma-thi-ô 3:11, Giaêng Baùp-tít noùi: *"Veà phaàn ta, ta laáy nöôùc maø laøm pheùp baùp teâm cho caùc ngöôi aên naên; song Ñaáng ñeán sau ta coù quyeàn pheùp hôn ta, ta khoâng ñaùng xaùch giaøy Ngaøi. AÁy laø Ñaáng seõ laøm pheùp baùp teâm cho caùc ngöôi baèng Ñöùc Thaùnh Linh vaø baèng löûa."* Pheùp baùp-tem baèng löûa khoâng ñeán baát kyø luùc naøo nhöng chæ khi naøo moät ngöôøi ñöôïc ñoå ñaày Ñöùc Thaùnh Linh. Vì löûa cuûa Thaùnh Linh luoân luoân giaùng treân nhöõng ai ñöôïc ñaày daãy Ñöùc Thaùnh Linh, moïi toäi loãi vaø beänh taät cuûa ngöôøi aáy seõ bò thieâu chaùy vaø ngöôøi aáy seõ soáng moät ñôøi soáng khoûe maïnh.

Khi baùp-tem baèng löûa thieâu ñoát söï ruûa saû veà beänh taät, haàu heát caùc beänh ñöôïc chöõa laønh; tuy nhieân, nhöõng oám ñau khoâng theå bò thieâu ñoát ngay caû bôûi baùp-tem baèng löûa. Vaäy thì, laøm theá naøo ñeå oám ñau ñöôïc chöõa laønh?

Taát caû moïi oám ñau chæ coù theå ñöôïc chöõa laønh bôûi quyeàn naêng Ñöùc Chuùa Trôøi ban cho. Ñaáy laø vì sao chuùng ta thaáy trong Giaêng 9:32-33 raèng: *"Ngöôøi ta chaúng bao giôø nghe noùi coù ai môû maét keû muø töø thuôû sanh ra. Neáu ngöôøi naày chaúng phaûi ñeán töø Ñöùc Chuùa Trôøi, thì khoâng laøm gì ñöôïc heát."*

Trong Coâng Vuï Caùc Söù Ñoà 3:1-10 laø caûnh Phi-e-rô

vaø Giaêng, caû hai ngööøi ñeàu ñaõ nhaän laõnh quyeàn naêng cuûa Ñöùc Chuùa Trôøi, giuùp moät ngööøi baïi töø thuôû môùi sinh, ñang xin aên taïi cöûa ñeàn nôi goïi laø "Cöûa Ñeïp," ñöùng daäy. Khi Phi-e-rô noùi cuøng anh ta trong caâu 6: *"Ta chaúng coù vaøng baïc chi heát, song ñieàu ta coù thì ta cho ngöôi: Nhaân danh Ñöùc Chuùa Jeâsus Christ ôû Na-xa-reùt, haõy böôùc ñi!"* vaø naém laáy tay phaûi cuûa anh ta ñôõ daäy, ngay laäp töùc chaân vaø maét caù cuûa anh trôû neân maïnh vaø anh baét ñaàu ngôïi khen Ñöùc Chuùa Trôøi. Khi ngöôøi ta thaáy ngöôøi ñaøn oâng tröôùc ñaây boø lieät giôø böôùc ñi vaø ngôïi khen Ñöùc Chuùa Trôøi, thì loøng hoï ñaày thaéc maéc vaø ngaïc nhieân.

Neáu moät ngöôøi öôùc ao nhaän ñöôïc söï chöõa laønh, anh ta phaûi coù ñöôïc tin maø nhôø ñoù anh tin nôi Ñöùc Chuùa Gieâ-xu Christ. Daàu raèng ngöôøi baïi aáy coù theå chæ laø moät ngöôøi aên xin, nhöng vì anh ta tin nôi Ñöùc Chuùa Gieâ-xu Christ neân anh ta coù theå nhaän ñöôïc söï chöõa laønh khi nhöõng ngöôøi ñaõ nhaän ñöôïc quyeàn naêng cuûa Ñöùc Chuùa Trôøi caàu nguyeän cho anh ta. Ñaáy laø vì sao Kinh Thaùnh baûo chuùng ta: *"AÁy laø bôûi ñöùc tin trong danh Ngaøi, neân danh Ngaøi laøm cho voõng ngöôøi naày laø ngöôøi caùc ngöôi thaáy vaø bieát; nghóa laø ñöùc tin bôûi Ngaøi maø ra, ñaõ ban cho ngöôøi naày söï maïnh khoeû troïn veïn, taïi tröôùc maët heát thaûy caùc ngöôi"* (Coâng Vuï Caùc Söù Ñoà 3:16).

Trong Ma-thi-ô 10:1, chuùng ta thaáy raèng Chuùa Gieâ-xu ban cho caùc moân ñeä Ngaøi quyeàn naêng tröø taø linh, ñeå ñuoåi chuùng ra, vaø chöõa laønh moïi loaïi beänh taät vaø moïi loaïi ñau yeáu. Vaøo thôøi Cöïu Öôùc, Ñöùc Chuùa Trôøi ban quyeàn naêng chöõa laønh oám ñau cho nhöõng tieân tri maø Ngaøi yeâu meán bao goàm Moâi-se, EÂ-li, EÂ-li-seâ; trong thôøi Taân Öôùc, quyeàn naêng Ñöùc Chuùa Trôøi ôû cuøng caùc söù ñoà nhö Phi-e-rô vaø Phao-loâ vaø nhöõng nhaân söï trung tín EÂ-tieân vaø Phi-líp.

Moät khi moät ngöôøi nhaän ñöôïc quyeàn naêng cuûa Ñöùc Chuùa Trôøi thì khoâng ñieàu gì khoâng theå böûi vì anh ta coù theå giuùp ngöôøi baïi ñöùng daäy, chöõa laønh nhöõng söï ñau khoå vì chöùng baïi lieät vaø giuùp hoï böôùc ñi, giuùp ngöôøi muø nhìn thaáy, môû tai cho ngöôøi ñieác, vaø laøm cho löôõi cuûa nhöõng ngöôøi caâm ñieác ñöôïc meàm dòu laïi.

Nhöõng Caùch Khaùc Nhau ñeå Chöõa Laønh OÁm Ñau

1. Quyeàn Naêng cuûa Ñöùc Chuùa Trôøi Chöõa Laønh Ngöôøi Caâm Ñieác

Trong Maùc 7:31-37 laø caûnh quyeàn naêng cuûa Ñöùc Chuùa Trôøi chöõa laønh ngöôøi caâm ñieác. Khi ngöôøi ta mang ngöôøi ñôøn oâng naøy ñeán vôùi Chuùa Gieâ-xu vaø xin Ngaøi ñaët tay leân anh ta, Chuùa Gieâ-xu ñem anh qua moät beân vaø ñaët ngoùn tay Ngaøi vaøo hai tai cuûa anh. Sau ñoù Ngaøi nhoå nöôùc mieáng vaø thoám leân löôõi cuûa anh. Ngaøi nhìn leân thieân ñaøng vaø thôû ra vaø noùi cuøng anh ta: *"EÙp-pha-ta!"* nghóa laø: *"Haõy môû ra!"* (caâu 34). Ngay laäp töùc, tai cuûa ngöôøi ñaøn oâng ñöôïc môû, vaø löôõi cuûa anh ñöôïc meàm maïi vaø anh baét ñaàu noùi roõ raøng.

Ñöùc Chuùa Trôøi, Ñaáng ñaõ taïo döïng moïi thöù treân vuõ truï naøy baèng Lôøi Phaùn cuûa Ngaøi, laïi coù theå khoâng theå chöõa laønh cho anh ta baèng Lôøi Phaùn cuûa Ngaøi ñöôïc sao? Taïi sao Chuùa Gieâ-xu laïi ñaët ngoùn tay Ngaøi vaøo tai cuûa anh ta? Vì ngöôøi ñieác khoâng theå nghe ñöôïc aâm thanh vaø giao tieáp baèng ngoân ngöõ cuûa chæ, ngöôøi ñaøn oâng naøy khoâng theå coù ñöôïc tin theo caùch maø nhöõng ngöôøi khaùc laøm daãu Chuùa Gieâ-xu coù phaùn ra tieáng noùi. Vì Chuùa Gieâ-xu bieát raèng ngöôøi ñaøn oâng naøy thieáu ñöùc tin, neân Chuùa Gieâ-xu ñaët ngoùn tay Ngaøi vaøo trong tai cuûa anh ta ñeå qua caûm nhaän caùc ngoùn tay, anh ta coù theå coù ñöôïc tin maø bôûi noù aûnh coù theå ñöôïc chöõa laønh. Nhaân toá quan troïng nhaát laø ñöùc tin maø bôûi noù moät ngöôøi tin raèng ngöôøi aáy coù theå ñöôïc chöõa laønh. Chuùa Gieâ-xu coù theå chöõa laønh ngöôøi ñaøn oâng naøy baèng Lôøi Phaùn cuûa Ngaøi nhöng bôûi vì anh ta khoâng theå nghe ñöôïc, neân Chuùa Gieâ-xu gieo ñöùc tin vaø cho pheùp anh ta nhaän ñöôïc söï chöõa laønh baèng caùch thöïc hieän phöông phaùp nhö theá.

Vaäy thì, taïi sao Chuùa Gieâ-xu laïi nhoå nöôùc mieáng vaø

thaám vaøo löôõi cuûa ngöôøi ñaøn oâng aáy? Vieäc Chuùa Gieâ-xu nhoå nöôùc mieáng cho chuùng ta thaáy raèng moät aùc linh ñaõ khieán cho ngöôøi ñaøn oâng naøy bò caâm. Neáu moät ngöôøi nhoå nöôùc mieáng vaøo maët baïn maø khoâng coù lyù do ñaëc bieät naøo, baïn seõ tieáp nhaän ñieàu ñoù nhö theá naøo? Ñaây laø moät haønh ñoäng sæ nhuïc vaø moät loái haønh xöû xaáu xa laøm haï thaáp nhaân caùch cuûa moät ngöôøi caùch hoaøn toaøn. Vì vieäc nhoå nöôùc mieáng noùi chung töôïng tröng cho söï baát kính vaø haï thaáp giaù trò moät ngöôøi, neân Chuùa Gieâ-xu cuõng nhoå nöôùc mieáng ñeå ñuoåi tröø aùc linh.

Trong Saùng Theá Kyù, chuùng ta thaáy raèng Ñöùc Chuùa Trôøi ruûa saû con raén phaûi aên buïi ñaát ngaøy ñeâm trong suoát cuoäc ñôøi noù. Noùi caùch khaùc, ñieàu naøy noùi ñeán söï ruûa saû cuûa Ñöùc Chuùa Trôøi daønh cho keû thuø ma quyû vaø Sa-tan, keû ñaõ xuùi giuïc con raén, ñeå baãy con ngöôøi laø keû ñöôïc taïo neân töø buïi ñaát. Vì theá, keå töø thôøi A-ñam, keû thuø ma quyû ñaõ coù gaéng gaøi baãy con ngöôøi vaø tìm kieám moïi dòp tieän ñeå gaây ra ñau khoå vaø taøn phaù cho con ngöôøi. Gioáng nhö nhöõng con ruoài, muoãi, vaø gioøi soáng trong nhöõng nôi baån thæu, keû thuø ma quyû soáng trong nhöõng ngöôøi coù taám loøng ñaày toäi loãi, xaáu xa, vaø noùng tính, vaø naém giöõ taâm trí cuûa hoï. Chuùng ta phaûi nhaän bieát raèng chæ nhöõng ngöôøi soáng vaøo laøm theo Lôøi cuûa Ñöùc Chuùa Trôøi môùi coù theå ñöôïc chöõa laønh khoûi moïi beänh taät.

2. Quyeàn Naêng cuûa Ñöùc Chuùa Trôøi Chöõa Laønh Ngöôøi Muø

Trong Maùc 8:22-25, chuùng ta thaáy cheùp:

> Keá ñoù, Ñöùc Chuùa Jeâsus vaø moân ñoà ñi ñeán laøng Beát-sai-ña. Ngöôøi ta ñem cho Ngaøi moät ngöôøi muø vaø caàu xin Ngaøi rờ ñeán ngöôøi. Ngaøi beøn naém tay ngöôi muø, daét ra ngoaøi laøng, thaám nöôùc mieáng treân maét ngöôøi, ñaët tay treân ngöôøi, vaø hoûi coù thaáy chi khoâng. Ngöôøi muø ngoù leân roài thöa raèng: Toâi thaáy ngöôøi ta, vaø nhìn hoï ñi gioáng nhö caây. Roài Ñöùc Chuùa Jeâsus laïi ñaët tay treân maét ngöôøi; ngöôøi nhìn xem, ñöôïc saùng maét, thaáy roõ raøng caû thaûy.

Khi Chuùa Gieâ-xu caàu nguyeän cho ngöôøi muø naøy, Ngaøi nhoå nöôùc boït vaøo maét anh ta. Vaäy thì, taïi sao ngöôøi muø laïi khoâng nhìn thaáy ñöôïc khi Chuùa Gieâ-xu caàu nguyeän cho anh laàn ñaàu maø laïi thaáy ñöôïc sau khi Chuùa Gieâ-xu caàu nguyeän laàn thöù hai? Bôûi quyeàn naêng cuûa Ngaøi, Chuùa Gieâ-xu coù theå chöõa laønh cho anh ta hoaøn toaøn nhöõng bôûi vì ñöùc tin cuûa anh ta coøn ít, Chuùa Gieâ-xu caàu nguyeän laàn thöù hai ñeå giuùp anh coù ñöùc tin. Qua ñieàu naøy, Chuùa Gieâ-xu daïy chuùng ta raèng khi moät soá ngöôøi khoâng theå nhaän ñöôïc söï chöõa laønh ngay laàn ñaàu hoï nhaän ñöôïc lôøi caàu nguyeän, thì chuùng ta phaûi caàu nguyeän cho nhöõng ngöôøi aáy hai, ba, thaäm chí boán laàn cho ñeán khi haït gioáng ñöùc tin, maø boâi ñoù hoï coù theå tin vaøo söï chöõa laønh, coù theå ñöôïc gieo troàng.

Chuùa Gieâ-xu Ñaáng khoâng gì laø khoâng theå ñaõ caàu nguyeän vaø caàu nguyeän theâm laàn nöõa khi Ngaøi bieát raèng ngöôøi muø khoâng theå ñöôïc chöõa laønh bôûi ñöùc tin cuûa anh ta. Chuùng ta neân laøm gì? Vôùi vieäc khaån naøi vaø caàu nguyeän, chuùng ta phaûi chòu ñöïng cho ñeán khi nhaän ñöôïc söï chöõa laønh.

Trong Giaêng 9:6-9 laø moät ngöôøi muø nhaän ñöôïc söï chöõa laønh sau khi Chuùa Gieâ-xu nhoå nöôùc boït xuoáng ñaát, troän thaønh buøn vôùi nöôùc boït cuûa Ngaøi, vaø boâi leân maét cuûa anh ta. Taïi sao Chuùa Gieâ-xu chöõa laønh anh ta baèng caùch nhoå nöôùc boït xuoáng ñaát, hoøa nöôùc boït thaønh buøn, vaø boâi leân maét cuûa anh ta? Nöôùc mieáng ôû ñaây khoâng aûm chæ ñeán ñieàu gì baån thæu; Chuùa Gieâ-xu nhoå xuoáng ñaát ñeå Ngaøi coù theå hoøa thaønh buøn vaø boâi leân maét ngöôøi muø. Chuùa Gieâ-xu hoøa buøn töø nöôùc boït cuûa Ngaøi cuõng boâi vì nöôùc khan hieám. Trong tröôøng hôïp bò nhoït hay söng taáy hoaëc moät côn tröông caén ñoát ñöùa treû, thì cha meï thöôøng boâi nöôùc boït leân theo caùch trìu meán. Chuùng ta phaûi hieåu tình yeâu cuûa Chuùa chuùng ta Ñaáng söû duïng nhieàu loaïi coâng cuï khaùc nhau ñeå giuùp ñôõ nhöõng ngöôøi yeáu ñuoái coù ñöôïc ñöùc tin.

Khi Chuùa Gieâ-xu boâi buøn leân maét cuûa ngöôøi muø, anh ta caûm nhaän ñöôïc buøn treân maét anh, vaø anh coù ñöôïc tin mao bôûi ñöôïc tin aáy anh coù theå ñöôïc chöõa laønh. Sau khi Chuùa Gieâ-xu ban ñöôïc tin cho ngöôøi muø, ngöôøi maø ñöôïc tin coøn ít, bôûi quyeàn naêng cuûa Ngaøi, Ngaøi môû maét cho anh ta.

Chuùa Gieâ-xu baûo chuùng ta raèng: *"Neáu caùc ngöôi khoâng thaáy pheùp laï vaø ñieàm laï, thì caùc ngöôi chaúng tin"* (Giaêng 4:48). Ngaøy nay, thaät khoâng theå giuùp ngöôøi ta coù loaïi ñöùc tin maø bôûi noù moät ngöôøi coù theå tin raèng chæ vôùi Lôøi Chuùa trong Kinh Thaùnh, khoâng caàn phaûi chöùng kieán pheùp laï chöõa beänh hay caùc daáu kyø. Trong thôøi ñaïi maø khoa hoïc vaø kieán thöùc con ngöôøi ñaõ tieán boä voâ cuøng, thì côùc kyø khoù neå coù ñöôïc ñöùc tin thuoäc linh neå tin vaøo moät Ñöùc Chuùa Trôøi voâ hình. Chuùng ta thöôøng nghe raèng "Thaáy thì tin." Töông töï nhö theá, bôûi vì ñöùc tin con ngöôøi seõ lôùn leân vaø coâng taùc chöõa laønh seõ xaûy ra nhanh choùng hôn khi hoï thaáy nhöõng baèng chöùng höõu hình veà Ñöùc Chuùa Trôøi haèng soáng, "nhöõng daáu kyø vaø pheùp laï" laø tuyeät ñoái caàn thieát.

3. Quyeàn Naêng cuûa Chuùa Chöõa Laønh moät Ngöôøi Queø

Khi Chuùa Gieâ-xu giaûng Tin Laønh vaø chöõa laønh nhöõng ngöôøi maéc moïi loaïi oám ñau vaø beänh taät khaùc nhau, thì caùc moân ñeä Ngaøi cuõng baøy toû quyeàn naêng cuûa Ñöùc Chuùa Trôøi.

Khi Phi-e-rô ra leänh cho ngöôøi queø aên xin: *"Nhaân danh Ñöùc Chuùa Gieâ-xu Christ ôû Na-xa-reùt, haõy böôùc ñi"* (caâu 6) vaø naém caùnh tay phaûi ngöôøi ñoù daäy, ngay laäp töùc chaân vaø maét caù cuûa ngöôøi ñaøn oâng aáy trôû neân maïnh meõ, vaø anh ta nhaûy treân chaân mình vaø baét ñaàu böôùc ñi (Coâng Vuï Caùc Söù Ñoà 3:6-10). Khi ngöôøi ta thaáy pheùp laï vaø daáu kyø maø Phi-e-rô ñaõ thöïc hieän sau khi nhaän laõnh quyeàn naêng cuûa Ñöùc Chuùa Trôøi, caøng theâm nhieàu ngöôøi ñaën tin nhaän Chuùa. Thaäm chí hoï coøn mang caû nhöõng ngöôøi beänh treân ñöôøng vaø ñaët hoï treân giöôøng hoaëc chieáu ñeå ít nhaát boùng cuûa Phi-e-rô coù theå löôùt qua vaøi ngöôøi trong soá ñoù khi oâng ñi ngang qua. Daân söï cuõng töø caùc thaønh laân caän Gieâ-ru-sa-lem nhoùm laïi, mang theo nhöõng keû oám ñau vaø nhöõng ngöôøi bò taø ma daèn vaët, vaø taát caû boïn hoï ñeàu ñöôïc chöõa laønh (Coâng Vuï Caùc Söù Ñoà 5:14-16).

Trong Coâng Vuï Caùc Söù Ñoà 8:5-8 chuùng ta thaáy: *"Phi-líp cuõng vaäy, xuoáng trong thaønh Sa-ma-ri maø giaûng veà Ñaáng Christ taïi ñoù. Ñoaøn daân nghe ngöôøi giaûng vaø thaáy caùc pheùp laï ngöôøi laøm, thì ñoàng loøng laéng tai nghe ngöôøi noùi; vì coù nhöõng taø ma keâu lôùn tieáng leân maø ra khoûi nhieàu keû bò aùm, cuõng keû baïi vaø queû ñöôïc chöõa laønh, cuõng nhieàu. Taïi coå ñoù, trong thaønh ñöôïc vui möøng khoân xieát."*

Trong Coâng Vuï Caùc Söù Ñoà 19:11-12 chuùng ta thaáy raèng: *"Ñöùc Chuùa Trôøi laïi duøng tay Phao-loâ laøm caùc pheùp laï khaùc thöôøng, ñeán noãi ngöôøi ta laáy khaên vaø aùo ñaõ baân vaøo mình ngöôøi maø ñeå treân caùc keû ñau yeáu; thì hoï ñöôïc laønh beänh, vaø ñöôïc cöùu khoûi quœ döõ."* Quyeàn naêng cuûa Ñöùc Chuùa Trôøi thaät laï luøng vaø dieäu kyø laøm sao!

Qua nhöõng ngöôøi coù taám loøng ñaõ ñöôïc thaùnh hoùa vaø tình yeâu troïn veïn nhö Phi-e-rô, Phao-loâ, vaø caùc Chaáp Söï Phi-líp vaø EÂ-tieân, quyeàn naêng cuûa Ñöùc Chuùa Trôøi ñöôïc baøy toû ngay caû ñeán ngaøy hoâm nay. Khi ngöôøi ta ñeán tröôùc Ñöùc Chuùa Trôøi vôùi ñöùc tin ao öôùc oám ñau cuûa hoï ñöôïc laønh, hoï coù theå ñöôïc chöõa laønh baèng caùch nhaän lôøi caàu nguyeän töø nhöõng toâi tôù cuûa Ñöùc Chuùa Trôøi maø qua nhöõng ngöôøi ñoù Ngaøi haønh ñoäng.

Keå töø khi thaønh laäp Manmin, Ñöùc Chuùa Trôøi haèng soáng ñaõ cho pheùp toâi thöïc hieän nhieàu pheùp laï vaø daáu kyø khaùc nhau, gieo ñöùc tin vaøo taám loøng cuûa nhieàu thaønh vieân Hoäi Thaùnh vaø ñem laïi söï phuïc höng lôùn.

Coù moät phuï nöõ töøng lao muïc tieâu haønh haï cuûa ngöôøi choàng nghieän röôïu. Khi caùc thaàn kinh thò giaùc cuûa coâ bò lieät vaø caùc baùc só ñaõ khoâng coøn hy voïng sau côn haønh haï theá xaùc naêng neà, ngöôøi phuï nöõ ñeán Hoäi Thaùnh Manmin sau nghe tin aáy. Vì coâ soát saéng tham gia trong caùc buoåi nhoùm thôø phöôïng vaø khaån thieát caàu xin söï chöõa laønh, neân coâ ñöôïc toâi caàu thay vaø coù theå nhìn thaáy laïi ñöôïc. Quyeàn naêng cuûa Ñöùc Chuùa Trôøi ñaõ hoaøn toaøn chöõa laønh caùc daây thaàn kinh thò giaùc maø tröôùc ñaây döôøng nhö boû toàn haïi vónh vieãn.

Vaøo moät dòp khaùc, coù moät ngöôøi ñaøn oâng bò thöông naëng vì xoâng soáng bò giaäp ôû taàm nieàm. Vì phaàn döôùi cuûa cô theå anh daàn bò lieät, anh suyùt phaûi bò caét boû hai chaân. Sau khi tieáp nhaän Ñöùc Chuùa Gieâ-xu Christ, anh traûnh ñöôïc vieäc cöa chaân nhöng vaãn coøn phaûi döïa vaøo nhöõng caây naïng. Sau ñoù anh baét ñaàu tham gia nhöõng buoåi hoïp cuûa Trung Taâm Caàu Nguyeän Manmin vaø ít laâu sau trong moät Buoåi Nhoùm Thôø Phöôïng Thaâu Ñeâm Thöù Saùu, sau khi ñöôïc toâi caàu nguyeän cho, anh ta quaêng caëp naïng, böôùc ñi treân hai chaân mình, vaø anh trôû thaønh moät söù giaû cuûa Phuùc AÂm.

Quyeàn naêng cuûa Ñöùc Chuùa Trôøi coù theå chöõa laønh hoaøn toaøn nhöõng oám ñau maø khoa hoïc y teá khoâng theå chöõa ñöôïc. Trong Giaêng 16:23, Chuùa Gieâ-xu höùa cuøng chuùng ta raèng: *"Trong ngaøy ñoù, caùc ngöôi khoâng coøn hoûi ta veà ñieàu chi nöõa. Quaû thaät, quaû thaät, ta noùi cuøng caùc ngöôi, ñieàu chi caùc ngöôi seõ caàu xin nôi Cha, thì Ngaøi seõ nhaân danh ta maø ban cho caùc ngöôi."* Nguyeän raèng baïn tin vaøo quyeàn naêng dieäu kyø cuûa Ñöùc Chuùa Trôøi, khaån thieát tìm kieám noù, nhaän ñöôïc söï ñaùp lôøi cho moïi nan ñeà beänh taät cuûa baïn, vaø trôû neân moät söù giaû mang Tin Laønh cuûa Ñöùc Chuùa Trôøi haèng soáng vaø toái cao. Toâi caàu nguyeän nhôn danh Chuùa chuùng ta.

Chöông 6

Nhöõng Phöông Caùch
ñeå Chöõa Laønh Quyû AÙm

Maùc 9:28-20

"Khi Ñöùc Chuùa Jeâsus vaøo nhaø roài, moân ñoà hoûi rieâng Ngaøi raèng: Sao chuùng toâi ñuoåi quæ aáy khoâng ñöôïc? Ngaøi ñaùp raèng: Neáu khoâng caàu nguyeän, thì chaúng ai ñuoåi thöù quæ aáy ra ñöôïc."

Trong nhöõng ngaøy cuoái cuøng, tình yeâu thöông nguoäi daàn

Söï tieán boä cuûa vaên minh khoa hoïc hieän ñaïi vaø söï phaùt trieån cuûa coâng nghieäp ñaõ ñaåy maïnh söï phoàn thònh vaät chaát vaø cho pheùp con ngöôøi theo ñuoåi söï sung tuùc vaø phuùc lôïi. Cuøng luùc ñoù, hai nhaân toá naøy ñem laïi haäu quaû veà söï gheùt boû, traøn ngaäp söï ích kyû, phaân bôûi, vaø söï raéc roái thaáp keùm giöõa moïi ngöôøi, cuõng nhö tình yeâu thöông nguoäi ñi trong khi söï thoâng hieåu vaø tha thöù laïi khoù tìm.

Nhö Ma-thi-ô 24:12 tieân ñoaùn: *"Laïi vì côù toäi aùc seõ theâm nhieàu, thì loøng yeâu meán cuûa phaàn nhieàu ngöôøi seõ nguoäi laàn,"* khi maø söï gian aùc gia taêng vaø tình yeâu thöông nguoäi daàn, moät trong nhöõng nan ñeà nghieâm troïng nhaát trong xaõ hoäi chuùng ta ngaøy nay laø soá ngöôøi chòu khoå do roái loaïn taâm trí vì caùc daây thaàn kinh bò ñöùt vaø beänh taâm thaàn phaân lieät gia taêng.

Caùc vieän taâm thaàn coù laäp nhieàu beänh nhaân khoâng theå soáng cuoäc soáng bình thöôøng nhöng hoï vaãn chöa tìm ra ñöôïc phöông phaùp chöõa trò thích hôïp. Neáu khoâng coù tieán boä naøo sau nhieàu naêm ñieàu trò, nhieàu gia ñình meät moûi vaø coù nhieàu tröôøng hôïp thoâ ô hoaëc boû rôi caùc beänh nhaân nhö nhöõng coå nhi. Nhöõng beänh nhaân naøy, soáng xa vaø khoâng coù gia ñình, khoâng theå thöïc hieän chöùc naêng nhö ngöôøi bình thöôøng laøm. Maëc daàu hoï ñoäi hoûi tình yeâu thöông thaät töø nhöõng ngöôøi hoï yeâu quyù, nhöng khoâng coù nhieàu ngöôøi baøy toû tình yeâu thöông vôùi nhöõng ngöôøi nhö theá.

Chuùng ta tìm thaáy trong Kinh Thaùnh nhieàu tröôøng hôïp Chuùa Gieâ-xu chöõa laønh cho nhöõng ngöôøi bò quyû aùm. Taïi sao nhöõng caâu chuyeän aáy laïi ñöôïc ghi laïi trong Kinh Thaùnh? Khi thôøi kyø cuoái cuøng ñaõ ñeán gaàn, tình yeâu thöông trôû neân nguoäi laïnh, vaø Sa-tan daïy voã con ngöôøi, khieán cho hoï chòu khoå vì nhöõng roái loaïn taâm thaàn, vaø tieáp nhaän hoï laøm con caùi cuûa ma quyû. Sa-tan daïy voã, gaây beänh, laøm roái loaïn, vaø laøm suy ñoài baèng toäi loãi vaø xaáu xa gieo vaøo taâm trí con ngöôøi. Vì xaõ hoäi ngaäp traøn toäi loãi vaø xaáu xa, neân con ngöôøi deã ghen tî, tranh chaáp, thuø haän, vaø gieát haïi laãn nhau. Khi nhöõng ngaøy sau roát gaàn keà, Cô-ñoác nhaân phaûi phaân bieät giöõa ñieàu thaät vaø khoâng thaät, baûo veä ñöùc tin cuûa mình, vaø giöõ ñôøi soáng thuoäc theå vaø taâm thaàn khoûe maïnh.

Chuùng ta haõy khaûo saùt nguyeân nhaân phía sau aâm möu vaø daïy voã cuûa Sa-tan, cuõng nhö lao soá ngöôøi bò Sa-tan vaø ma quyû khoáng cheá vaø nhöõng ngöôøi chòu khoå vì roái loaïn taâm thaàn ñang gia taêng trong xaõ hoäi hieän ñaïi cuûa chuùng ta, nôi maø vaên minh khoa hoïc ñaõ tieán boä vöôït baäc.

Tieán Trình Bò Chieám Höõu bôûi Sa-tan

Moãi ngöôøi ñeàu coù löôïng taâm vaø haàu heát moïi ngöôøi soáng theo löông taâm cuûa hoï, nhöng chuaån möïc löông taâm cuûa moãi ngöôøi vaø keát quaû tieáp theo sau cuõng khaùc nhau giöõa ngöôøi naøy vôùi ngöôøi khaùc. Ñaây laø bôûi vì moãi ngöôøi ñöôïc sinh ra vaø lôùn leân trong nhöõng moâi tröôøng vaø ñieàu kieän khaùc nhau, ñaõ nhìn thaáy, nghe vaø hoïc nhöõng ñieàu khaùc nhau töø caùc baäc cha meï, gia ñình, vaø tröôøng hoïc, vaø ghi nhaän thoâng tin khaùc nhau.

Maët khaùc, Lôøi Ñöùc Chuùa Trôøi, laø leõ thaät, cho chuùng ta bieát: *"Ñöøng ñeå ñieàu aùc thaéng mình, nhöng haõy laáy ñieàu thieän thaéng ñieàu aùc"* (Rô-ma 12:21), vaø thuùc giuïc chuùng ta: *"Ñöøng choáng cöï keû döõ. Traùi laïi, neáu ai vaû maù beân höõu ngöôi, haõy ñöa maù beân kia cho hoï luoân"* (Ma-thi-ô 5:39). Vì Lôøi Chuùa daïy veà tình yeâu thöông vaø söï tha thöù, moät chuaån möïc cuûa söï phaùn xeùt "maát ñi laø nhaän ñöôïc" phaùt trieån trong nhöõng ai tin vaøo noù. Noùi caùch khaùc, neáu moät ngöôøi naøo hoïc raèng anh ta neân traû thuø khi anh ta bò taán coâng, thì anh ta seõ ñeán moät phaùn quyeát ra leänh raèng vieäc choáng cöï laø moät haønh ñoäng can ñaûm trong khi traùnh neù maø khoâng choáng cöï laïi chính laø heøn nhaùt. Ba nhaân toá naøy – moãi chuaån möïc cuûa söï phaùn xeùt cuûa moãi caù nhaân, daàu hoï soáng moät ñôøi soáng coâng chính hay khoâng coâng chính, vaø anh ta ñaõ thoûa hieäp vôùi theá gian ñeán möùc naøo – seõ hình thaønh nhöõng loøng taâm khaùc nhau trong nhöõng con ngöôøi khaùc nhau.

Vì ngöôøi ta soáng khaùc nhau vaø loøng taâm cuûa hoï vì theá cuõng khaùc nhau, neân keû thuø cuûa Ñöùc Chuùa Trôøi laø Sa-tan söû duïng nhieàu naêy ñeå caàm doã con ngöôøi soáng theo baûn chaát toäi loãi, traùi ngöôïc vôùi söï coâng chính vaø toát laønh, baèng caùch khuaáy ñoäng nhöõng tö töôûng xaáu xa vaø xuùi giuïc hoï phaïm toäi.

Trong loøng con ngöôøi coù moät söï maâu thuaãn giöõa ñieàu Thaùnh Linh öa thích maø bôûi ñoù hoï soáng theo luaät phaùp cuûa Ñöùc Chuùa Trôøi, vaø söï öa thích cuûa baûn chaát toäi loãi maø bôûi ñoù con ngöôøi buoäc phaûi theo ñuoåi nhöõng ñieàu öa muoán cuûa xaùc thòt. Ñaáy laø vì sao Ñöùc Chuùa Trôøi thuùc giuïc chuùng ta trong Ga-la-ti 5:16-17 raèng: *"Vaäy toâi noùi raèng: Haõy böôùc ñi theo Thaùnh Linh, chôù heà laøm troïn nhöõng ñieàu öa muoán cuûa xaùc thòt. Vì xaùc thòt coù nhöõng ñieàu öa muoán traùi vôùi nhöõng ñieàu cuûa Thaùnh Linh, Thaùnh Linh coù nhöõng ñieàu öa muoán traùi vôùi cuûa xaùc thòt; hai beân traùi nhau döôøng aáy, neân anh em khoâng laøm ñöôïc ñieàu mình muoán laøm."*

Neáu chuùng ta soáng theo nhöõng ñieàu öa muoán cuûa Ñöùc Thaùnh Linh thì chuùng ta seõ höôûng ñöôïc vöông quoác cuûa Ñöùc Chuùa Trôøi; neáu chuùng ta ñi theo nhöõng öa muoán cuûa baûn chaát toäi loãi vaø khoâng soáng theo Lôøi Chuùa, thì chuùng ta seõ khoâng höôûng ñöôïc nöôùc Ngaøi.

Ñaáy laø vì sao Ñöùc Chuùa Trôøi caûnh baùo chuùng ta nhö sau trong Ga-la-ti 5:19-21:

> *Vaû, caùc vieäc laøm cuûa xaùc thòt laø roõ raøng laém: AÁy laø gian daâm, oâ ueá, luoâng tuoàng, thôø hình töôïng, phuø pheùp, thuø oaùn, tranh ñaáu, ghen gheùt, buoàn giaän, caõi laãy, baát bình, beø ñaûng, ganh goû, say söa, meâ aên uoáng, cuøng caùc söï khaùc gioáng nhö vaäy. Toâi noùi tröôùc cho anh em, nhö toâi ñaõ noùi roài: Heã ai phaïm nhöõng vieäc theå aáy thì khoâng ñöôïc höôûng nöôùc Ñöùc Chuùa Trôøi.*

Vaäy thì, laøm sao ngöôøi ta laïi bò ma quyû chieám höõu?

Qua suy nghó cuûa moät ngöôøi, Sa-tan khuaáy ñoäng öôùc muoán cuûa baûn chaát toäi loãi trong caù nhaân naøo coù taám loøng ngaäp traøn baûn chaát toäi loãi. Neáu anh ta khoâng theå ñieàu khieån taâm trí mình vaø thöïc hieän nhöõng haønh ñoäng cuûa baûn chaát toäi loãi, yù thöùc toäi loãi seõ ôû trong anh ta vaø loøng cuûa anh ta seõ caøng theâm xaáu xa. Khi nhöõng haønh ñoäng cuûa baûn chaát toäi loãi nhö theá coù theâm daàn leân, thì cuoái cuøng ngöôøi aáy seõ khoâng theå töï ñieàu khieån chính mình ñöôïc nöõa maø thay vaøo ñoù laïi laøm baát kyø ñieàu gì Sa-tan xuùi giuïc mình laøm. Moät ngöôøi nhö theá bò goïi laø ngöôøi bò "chieám höõu" bôûi Sa-tan.

Ví duï, chuùng ta haõy giaû ñònh coù moät anh chaøng bieáng nhaùc khoâng muoán laøm vieäc, nhöng laïi thích nhaäu nheït vaø hoang phí thôøi gian. Vôùi ngöôøi nhö theá, Sa-tan seõ xuùi giuïc vaø ñieàu khieån taâm trí anh raèng anh ta seõ dính vaøo nhaäu nheït vaø hoang phí thôøi gian, caûm thaáy raèng laøm vieäc laø moät gaùnh naëng. Sa-tan cuõng seõ leøo laùi anh ta ñi xa khoûi ñieàu thieän, laø leõ thaät, cöôùp maát khoûi anh ta naêng löïc ñeå phaùt trieån cuoäc soáng, vaø bieán anh thaønh moät ngöôøi baát taøi vaø voâ duïng.

Khi anh ta soáng vaø cö xöû theo suy nghó cuûa Sa-tan, ngöôøi ñaøn oâng naøy khoâng theå thoaùt khoûi Sa-tan. Hôn theá nöõa, vì taám loøng anh trôû neân xaáu xa vaø anh ta ñaõ töï boû beâ chính mình cho nhöõng suy nghó xaáu xa, thay vì phaûi ñieàu khieån taám loøng mình, anh ta seõ laøm baát cöù ñieàu gì ñeå laøm vui loøng baûn thaân. Neáu anh ta muoán noåi giaän, anh ta seõ noåi giaän ñeå thoûa maõn chính mình; neáu anh ta muoán ñaùnh nhau hay caõi nhau, anh ta seõ ñaùnh vaø tranh caõi tuøy thích; vaø neáu anh ta muoán uoáng röôïu, anh ta seõ khoâng theå ngaên chính mình khoûi uoáng röôïu. Khi nhöõng ñieàu naøy gom laïi, töøng chuùt moät, anh ta seõ khoâng theå ñieàu khieån suy nghó vaø taám loøng mình ñöôïc nöõa vaø anh nhaän thaáy raèng moïi vieäc ñeàu traùi laïi vôùi yù muoán cuûa anh. Sau quaù trình naøy, anh bò chieám höõu bôûi ma quyû.

Nguyeân Nhaân cuûa Quyû AÙm

Coù hai nguyeân nhaân chính daãn ñeán moät ngöôøi bò xuùi giuïc bôûi Sa-tan vaø sau ñoù bò ma quyû chieám höõu.

1. Cha Meï

Neáu cha meï naõ lìa boû Ñöùc Chuùa Trôøi, thôø phöôïng hình töôïng maø Ñöùc Chuùa Trôøi gheâ tôûm vaø thaáy laø xaáu xa, hoaëc laøm ñieàu gì côïc kyø xaáu xa, thì khi ñoù quyeàn löïc cuûa aùc linh seõ thaâm nhaäp vaøo con caùi cuûa hoï vaø neáu khoâng ñöôïc kieåm tra, chuùng seõ chieám höõu bôûi ma quyû. Trong nhöõng tröôøng hôïp nhö theá, cha meï phaûi ñeán tröôùc Ñöùc Chuùa Trôøi, aên naên caùch trieät ñeå toäi loãi cuûa hoï, xaây boû con ñöôøng toäi loãi cuûa hoï, vaø van xin Ñöùc Chuùa Trôøi thay cho con caùi cuûa hoï. Ñöùc Chuùa Trôøi khi aáy seõ thaáy taän trong taám loøng cuûa cha meï vaø baøy toû coâng taéc chöõa laønh, baèng caùch aáy seõ nôùi loûng xích xieàng cuûa sôï baát coâng.

2. Baûn thaân

Khoâng keå ñeán toäi loãi cuûa cha meï, moät ngöôøi coù

theå bò ma quyû chieám höõu do chính nhöõng ñieàu giaû doái cuûa baûn thaân anh ta, bao goàm xaáu xa, kieâu ngaïo, vaø nhöõng ñieàu khaùc. Vì ngöôøi naøy khoâng theå töï caàu nguyeän vaø aên naên, neân khi anh ta nhaän ñöôïc lôøi caàu thay töø moät toâi tôù cuûa Ñöùc Chuùa Trôøi laø ngöôøi baøy toû quyeàn naêng cuûa Ngaøi, thì xích xieàng cuûa söï baát coâng coù theå ñöôïc nôùi loûng. Khi taø ma bò ñuoåi ra vaø anh ta töï nhaän bieát ñöôïc, anh ta neân ñöôïc daïy veà Lôøi Chuùa ñeå taám loøng anh ta ñaõ töøng ngaäp traøn trong toäi loãi vaø xaáu xa seõ ñöôïc röûa saïch vaø seõ trôû thaønh taám loøng cuûa leõ thaät.

Vì theá, neáu moät thaønh vieân trong gia ñình hoaëc hoäi haøng bò quyû aùm, thì gia ñình phaûi chæ ñònh moät ngöôøi caàu nguyeän thay cho ngöôøi noù. Ñaây laø bôûi vì taám loøng vaø taâm trí cuûa ngöôøi bò quyû aùm ñang bò khoáng cheá bôûi ma quyû, vaø anh ta khoâng theå laøm baát cöù vieäc gì theo yù chí cuûa rieâng anh. Anh khoâng theå caàu nguyeän hay nghe Lôøi cuûa leõ thaät; vì vaäy anh ta khoâng theå soáng theo leõ thaät. Vì theá, nhöõng ngöôøi coøn laïi trong gia ñình hay thaäm chí chæ moät ngöôøi trong gia ñình phaûi caàu nguyeän cho anh ta trong tình yeâu vaø söï caûm thoâng ñeå thaønh vieân bò quyû aùm cuûa gia ñình coù theå soáng trong ñöùc tin. Khi Ñöùc Chuùa Trôøi thaáy lôøi caàu nguyeän vaø tình yeâu thöông trong gia ñình aáy, Ngaøi seõ baøy toû coâng taùc chöõa laønh. Chuùa Gieâ-xu baûo chuùng ta haõy yeâu keû laân caän nhö mình (Lu-ca 10:27). Neáu chuùng ta khoâng theå caàu nguyên vào hết mình vì một thành viên trong gia đình chúng ta lạ ngôôi bò quỷ ám, thì làm sao chúng ta có thể được kẻ lạ yêu thương người lân cận mình được?

Khi gia đình vào bạn bè của người bò quỷ ám xác định được nguyên nhân, ăn năn, cầu nguyện trong đức tin và quyền năng Đức Chúa Trời, hết mình trong tình yêu thương, vào gieo hạt giống đức tin, thì khi nó quyền lực của ma quỷ sẽ bò đuổi ra vào người họ yêu mến sẽ chuyển thành người của lẽ thật, lạ người Đức Chúa Trời sẽ che chở vào bảo vệ khỏi ma quỷ.

Những Phương Cách Chữa Lành cho Người Bò Quỷ Ám

Trong nhiều phần trong Kinh Thánh miêu tả về sự chữa lành cho người bò quỷ ám. Chúng ta hãy khảo sát xem họ nhận được sự chữa lành như thế nào.

1. Bạn phải đẩy lui quyền lực của ma quỷ.

Trong Mác 5:1-20 chúng ta thấy một người đàn ông bò tạo linh ám. Câu 3-4 giải thích về người đàn ông ấy rằng: *"Người thường ở nơi mồ mả, dẫu dùng xiềng sắt cũng chẳng ai cột trói được nữa; vì nhiều lần người bò cùm chân hoặc bò xiềng, rồi bẻ xiềng thaùo cuøm, khoâng ai coù söùc trò ñöôïc."* Chuùng ta cuõng bieát theâm töø Maùc 5:5-7 raèng: *"Ngöôøi coù oâ nôi moà maû vaø treân nuùi, ngaøy ñeâm keâu la vaø laáy ñaù ñaùnh baàm mình. Ngöôøi thaáy Ñöùc Chuùa Jeâsus ôû ñaèng xa, chaïy laïi saáp mình xuoáng tröôùc maët Ngaøi, maø keâu lôùn raèng: Hôõi Ñöùc Chuùa Jeâsus, Con Ñöùc Chuùa Trôøi raát cao, toâi vôùi Ngaøi coù söï gì chaêng? Toâi nhaân danh Ñöùc Chuùa Trôøi maø khaån caàu Ngaøi, xin ñöøng laøm khoå toâi."*

Ñaùp laïi lôøi ngöôøi, Chuùa Gieâ-xu ra leänh: *"Hôõi taø ma, phaûi ra khoûi ngöôøi naày!"* (caâu 8) Caûnh töôïng naøy cho chuùng ta thaáy raèng daàu ngöôøi ta khoâng bieát Chuùa Gieâ-xu laø Con Ñöùc Chuùa Trôøi, taø linh bieát chính xaùc Chuùa Gieâ-xu laø ai vaø Ngaøi coù loaïi quyeàn naêng naøo.

Sau ñoù Chuùa Gieâ-xu hoûi: *"Maày teân gì?"* vaø ngöôøi ñaøn oâng bò quyû aùm traû lôøi: *"Teân toâi laø Quaân Ñoäi; vì chuùng toâi ñoâng"* (caâu 9). Anh ta laïi caàu xin Chuùa Gieâ-xu ñöøng ñuoåi chuùng ra khoûi vuøng vaø sau ñoù xin Chuùa Gieâ-xu cho chuùng nhaäp vaøo baày heo. Chuùa Gieâ-xu khoâng hoûi teân chuùng vì Ngaøi khoâng bieát; Ngaøi hoûi teân chuùng nhö laø moät quan toøa ñang thaåm vaán taø linh. Hôn theá nöõa, "Quaân Ñoäi" nghóa laø moät soá löôïng lôùn ma quyû ñang chieám ngöï trong ngöôøi ñaøn oâng aáy.

Chuùa Gieâ-xu cho pheùp "Quaân Ñoäi" nhaäp vaøo baày heo, vaø baày heo ñoù töø treân böïc cao lao ñaàu xuoáng hoà vaø cheát ñuoái. Khi chuùng ta ñuoải quyû, chuùng ta phaûi laøm ñieàu aáy baèng Lôøi cuûa leõ thaät, ñôôïc töôïng tröng nhö laø nöôùc. Khi ngöôøi ta thaáy ngöôøi ñaøn oâng aáy, laø ngöôøi maø hoï khoâng theå kìm laïi ñôôïc baèng söùc maïnh cuûa con ngöôøi, giôø ñaây hoaøn toaøn ñôôïc chöõa laønh, ngoài ôû ñaáy, aên maëc chænh teà vaø taâm trí bình tónh, thì hoï trôû neân sôï haõi.

Ngaøy hoâm nay chuùng ta neân ñuoåi quyû nhö theá naøo? Chuùng neân ñôôïc ñuoåi ra nhaân danh Ñöùc Chuùa Gieâ-xu Christ vaøo trong nöôùc, töôïng tröng cho Lôøi Chuùa, hoaëc löûa, töôïng tröng cho Ñöùc Thaùnh Linh, ñeå quyeàn naêng cuûa chuùng bò maát. Tuy nhieân, vì ma quyû laø nhöõng linh, neân chuùng seõ bò ñuoåi ra khi moät ngöôøi coù quyeàn naêng ñuoåi quyû caàu nguyeän. Khi moät ngöôøi khoâng coù ñöùc tin thöû ñuoåi chuùng ra, ma quyû seõ xem thöôøng hoaëc cheá nhaïo ngöôøi aáy. Vì theá, ñeå chöõa laønh cho moät ngöôøi bò quyû aùm, ngöôøi cuûa Ñöùc Chuùa Trôøi vôùi quyeàn naêng ñuoåi quyû phaûi caàu nguyeän cho ngöôøi aáy.

Tuy nhieân, ñoâi khi ma quyû khoâng bò ñuoåi ra ngay caû khi ngöôøi cuûa Ñöùc Chuùa Trôøi ñuoåi chuùng nhaân danh Ñöùc Chuùa Gieâ-xu Christ. Ñaáy laø bôûi vì caù nhaân ngöôøi bò quyû aùm ñaõ baùng boå hoaëc noùi nghòch laïi Ñöùc Thaùnh Linh (Ma-thi-ô 12:31; Lu-ca 12:10). Söï chöõa laønh khoâng theå ñôôïc baøy toû ñoái vôùi moät soá ngöôøi bò quyû aùm khi hoï coá yù tieáp tuïc phaïm toäi sau khi hoï ñaõ nhaän ñôôïc söï hieåu bieát veà leõ thaät (Heâ-bô-rô 10:26).

Hôn theá nöõa, trong Hê-bơ-rơ 6:4-6 chuùng ta thaáy: *"Vì chöng nhöõng keû ñaõ ñöôïc soi saùng moät laàn, ñaõ neám söï ban cho töø treân trôøi, döï phaàn veà Ñöùc Thaùnh Linh, neám ñaïo laønh Ñöùc Chuùa Trôøi, vaø quyeàn pheùp cuûa ñôøi sau, neáu laïi vaáp ngaõ, thì khoâng theå khieán hoï laïi aên naên nöõa, vì hoï ñoùng ñinh Con Ñöùc Chuùa Trôøi treân thaäp töï giaù cho mình moät laàn nöõa, laøm cho Ngaøi sæ nhuïc toû töôøng."*

Vì chuùng ta ñaõ hoïc bieát ñieàu naøy, neân chuùng ta phaûi caûnh giaùc chính mình ñeå chuùng ta khoâng phaïm nhöõng toäi maø chuùng ta khoâng theå nhaän ñöôïc söï tha thöù. Chuùng ta cuõng phaûi phaân bieät trong leõ thaät xem moät ngöôøi boû quyû aùm coù theå ñöôïc chöõa laønh bôûi lôøi caàu nguyeän hay khoâng.

2. Trang Bò Vuõ Khí Cho Chính Baïn Baèng Leõ Thaät.

Moät khi ma quyû bò ñuoåi ra khoûi ngöôøi ta, hoï phaûi ñöôïc ñoå ñaày taám loøng baèng söï soáng vaø leõ thaät baèng caùch sieâng naêng ñoïc Lôøi Chuùa, ngôïi khen, vaø caàu nguyeän. Ngay caû khi ma quyû bò ñuoåi ra roài, neáu ngöôøi ñoù tieáp tuïc soáng trong toäi loãi maø khoâng trang bò leõ thaät cho mình, hoï seõ bò nhöõng ma quyû gian aùc hôn nöõa nhaäp vaøo. Haõy nhôù raèng ñieàu kieän cuûa con ngöôøi luùc naøy seõ caøng teä hôn nhieàu so vôùi laàn ñaàu ma quyû nhaäp vaøo hoï.

Trong Ma-thi-ô 12:43-45, Chuùa Gieâ-xu daïy chuùng ta nhö sau:

> *Khi taø ma ra khoûi moät ngöôøi, thì noù ñi ñeán nôi khoâ khan kieám choã nghæ, nhöng kieám khoâng ñöôïc; roài noù noùi raèng: Ta seõ trôû veà nhaø ta maø ta môùi ra khoûi; khi trôû veà, thaáy nhaø khoâng, queùt saïch, vaø söûa soaïn töû teá. Noù beøn laïi ñi, ñem veà baûy quæ khaùc döõ hôn noù nöõa, cuøng vaøo nhaø ñoù maø ôû; vaäy, soá phaän ngöôøi aáy sau laïi xaáu hôn tröôùc. Doøng doõi döõ naày cuõng nhö vaäy.*

Ma quyû khoâng ñöôïc pheùp ñuoåi ra caùch baát caàn. Hôn theá nöõa, sau khi ma quyû bò ñuoåi ra roài, baïn höôùng vaø gia ñình cuûa ngöôøi töøng bò quyû aùm phaûi hieåu raèng ngöôøi ñoù baây giôø ñoøi hoûi söï quan taâm vôùi nhieàu tình yeâu thöông hôn tröôùc ñaây. Hoï phaûi chaêm soùc cho ngöôøi aáy heát mình vaø söï hy sinh vaø trang bò cho ngöôøi aáy leõ thaät cho ñeán khi söï chöõa laønh hoaøn toaøn ñöôïc ban cho.

Keû Naøo Tin Thì Moïi Vieäc Ñeàu Ñöôïc Caû

Trong Maùc 9:17-27 ghi laïi söï chöõa laønh cuûa Chuùa

Gieâ-xu cho moät ngöôøi con trai bò taø linh chieám höõu bôûi moät linh laøm anh ta khoâng noùi ñöôïc vaø phaûi bò ñoäng kinh sau khi thaáy ñöôïc tin cuûa cha anh ta. Chuùng ta haõy khaûo saùt ngaén goïn laøm theå naøo maø ngöôøi con trai naøy nhaän ñöôïc söï chöõa laønh.

1. Gia Ñình ngöôøi aáy phaûi baøy toû ñöùc tin cuûa hoï.

Ngöôøi con trai trong Maùc 9 ñaõ bò caâm vaø ñieác töø thuôû nhoû bôûi vì bò quyû aùm. Anh ta khoâng theå hieåu moät lôøi naøo vaø khoâng ai coù theå giao tieáp vôùi anh ñöôïc. Hôn nöõa, thaät khoù ñeå xaùc ñònh khi naøo vaø ôû ñaâu nhöõng trieäu chöùng cuûa chöùng ñoäng kinh seõ xuaát hieän. Vì theá, cha cuûa anh ta luoân soáng trong noãi sôï haõi vaø ñau ñôùn, vì moïi hy voïng trong cuoäc soáng ñaõ maát ñi.

Sau ñoù ngöôøi cha nghe veà moät ngöôøi ñaøn oâng ñeán töø xöù Ga-li-eâ ñaõ töøng laøm nhieàu pheùp laï, keâu ngöôøi cheát soáng laïi, vaø chöõa laønh nhieàu loaïi beänh taät khaùc nhau. Moät tia hy voïng baét ñaàu chieáu qua noãi tuyeät voïng cuûa ngöôøi ñaøn oâng naøy. Neáu tin töùc laø ñuùng, ngöôøi cha tin töôûng, ngöôøi ñaøn oâng töø xöù Ga-li-leâ naøy cuõng coù theå chöõa laønh cho con trai oâng nöõa. Ñaõ caàu may, ngöôøi cha mang con trai mình ñeán tröôùc Chuùa Gieâ-xu vaø thöa cuøng Ngaøi: *"nhöng neáu thaày laøm ñöôïc vieäc gì, xin thöông xoùt chuùng toâi vaø giuùp cho!"* (Maùc 9:22)

Khi nghe lôøi khaån caàu cuûa ngöôøi cha, Chuùa Gieâ-xu noùi: *"Sao ngöôi noùi: Neáu thaày laøm ñöôïc? Keû naøo tin thì moïi vieäc ñeàu ñöôïc caû,"* (caâu 23) vaø quôû traùch ngöôøi cha vì ñöùc tin ít oûi cuûa oâng. Ngöôøi cha ñaõ nghe tin töùc nhöng chöa tin trong loøng. Neáu ngöôøi cha nhaän thöùc raèng Chuùa Gieâ-xu laø Con Ñöùc Chuùa Trôøi vaø Ngaøi coù quyeàn toái cao vaø chính Ngaøi laø leõ thaät, thì oâng aét haún seõ khoâng noùi "Neáu." Ñeà daïy doã chuùng ta raèng khoâng theå naøo laøm Ñöùc Chuùa Trôøi vui loøng neáu khoâng coù ñöùc tin vaø raèng khoâng theå naøo nhaän ñöôïc söï ñaùp lôøi neáu khoâng coù ñöùc tin hoaøn chænh maø bôûi ñoù moät ngöôøi coù theå tin, Chuùa Gieâ-xu ñaõ noùi: "Neáu thaày laøm ñöôïc?" cuõng gioáng nhö Ngaøi quôû ngöôøi cha veà "ñöùc tin ít oûi" cuûa oâng.

Ñöùc tin noùi chung coù theå ñöôïc chia thaønh hai loaïi. Bôûi "ñöùc tin xaùc thòt" hoaëc "ñöùc tin kieán thöùc," moät ngöôøi coù theå tin vaøo nieàu ngöôøi ñaõ thaáy. Loaïi ñöùc tin maø bôûi ñoù moät ngöôøi coù theå tin maø khoâng caàn phaûi thaáy ñoù laø "ñöùc tin thuoäc linh," "ñöùc tin thaät," "ñöùc tin soáng," hay "ñöùc tin coù vieäc laøm keøm theo." Loaïi ñöùc tin naøy coù theå taïo ra söï vaät töø choã khoâng coù gì. Ñònh nghóa cuûa ñöùc tin theo Kinh Thaùnh laø: *"söï bieát chaéc vöõng vaøng cuûa nhöõng ñieàu mình ñöông troâng mong, laø baèng côù cuûa nhöõng ñieàu mình chaúng xem thaáy"* (Heâ-bô-rô 11:1).

Khi ngöôøi ta maéc nhöõng caên beänh coù theå chöõa laønh

bôûi con ngöôøi, hoï coù theå ñöôïc chöõa laønh khi beänh cuûa hoï ñöôïc löûa cuûa Ñöùc Thaùnh Linh chieáu qua luùc hoï baøy toû ñöùc tin vaø ñöôïc ñoå ñaày Ñöùc Thaùnh Linh. Neáu moät ngöôøi môùi baét ñaàu trong cuoäc soáng ñöùc tin maéc beänh, ngöôøi aáy coù theå ñöôïc chöõa laønh khi ngöôøi aáy môû loøng mình ra, laéng nghe Lôøi Chuùa, vaø baøy toû ñöùc tin. Neáu moät Cô-ñoác nhaân tröôûng thaønh trong ñöùc tin maø maéc beänh, ngöôøi aáy coù theå ñöôïc chöõa laønh khi ngöôøi aáy quay veà söï aên naên.

Khi ngöôøi ta maéc nhöõng caên beänh maø y khoa khoâng theå chöõa laønh ñöôïc, thì hoï phaûi baøy toû ñöùc tin loûn hôn nöõa. Neáu moät Cô-ñoác nhaân tröôûng thaønh trong ñöùc tin maø maéc beänh, anh ta coù theå ñöôïc chöõa laønh khi anh ta môû taám loøng mình ra, aên naên baèng caùch xeù loøng mình, vaø daâng lôøi caàu nguyeän khaån thieát. Neáu moät ngöôøi coù ít hoaëc khoâng coù ñöùc tin maéc beänh, ngöôøi aáy seõ khoâng ñöôïc chöõa laønh cho ñeán khi anh ta ñöôïc ban cho ñöùc tin vaø tuøy theo söï tröôûng thaønh cuûa ñöùc tin anh ta, thì coâng taùc chöõa laønh môùi ñöôïc baøy toû.

Nhöõng ngöôøi bò lieät, laø nhöõng ngöôøi coù cô theå bò bieán daïng, vaø nhöõng caên beänh di truyeàn chæ coù theå ñöôïc chöõa laønh bôûi pheùp laï cuûa Ñöùc Chuùa Trôøi maø thoâi. Vì theá, hoï phaûi baøy toû vôùi Chuùa söï taän hieán vaø ñöùc tin maø bôûi noù hoï coù theå yeâu meán vaø laøm Ngaøi vui loøng. Chæ khi aáy Ñöùc Chuùa Trôøi môùi nhìn nhaän ñöùc tin cuûa ngöôøi aáy vaø baøy toû söï chöõa laønh. Khi ngöôøi ta baøy toû ñöùc tin noùng chaùy cuûa hoï ñoái vôùi Ñöùc Chuùa Trôøi – theo caùch maø Ba-ti-meâ khaån thieát keâu Chuùa Gieâ-xu (Maùc 10:46-52), caùch maø moät thaày ñoäi baøy toû cho Chuùa Gieâ-xu thaáy ñöùc tin lôùn cuûa oâng (Ma-thi-ô 8:5-13), vaø caùch maø ngöôøi baïi cuøng boán ngöôøi baïn cuûa anh baøy toû ñöùc tin vaø söï taän hieán (Maùc 2:3-12) – thì Ñöùc Chuùa Trôøi seõ ban cho hoï söï chöõa laønh.

Toùm töï nhö theá, vì ngöôøi bò quyû aùm khoâng theå ñöôïc chöõa laønh neáu khoâng coù coâng taùc cuûa Ñöùc Chuùa Trôøi vaø khoâng theå baøy toû ñöùc tin cuûa hoï, ñeå ñem söï chöõa laønh töø thieân ñaøng xuoáng cho hoï, nhöõng thaønh vieân khaùc trong gia ñình hoï phaûi tin vaøo Ñöùc Chuùa Trôøi toái cao vaø ñeán tröôùc maët Ngaøi.

2. Con Ngöôøi Phaûi Coù Ñöùc Tin Maø Bôûi Ñoù Hoï Coù Theå Tin.

Ngöôøi cha cuûa ñöùa con trai bò quyû aùm ñaõ laâu luùc ñaàu bò Chuùa Gieâ-xu quôû traùch vì ñöùc tin ít oûi cuûa oâng. Khi Chuùa Gieâ-xu phaùn vôùi söï chaéc chaén cuoâng oâng raèng: *"Keû naøo tin thì moïi vieäc ñeàu ñöôïc caû,"* (Maùc 9:23) moâi mieäng cuûa ngöôøi cha ñaõ xöng nhaän quaû quyeát raèng: *"Toâi tin."* Tuy nhieân, ñöùc tin cuûa oâng bò giôùi haïn trong kieán thöùc. Ñaáy laø vì sao ngöôøi cha caàu xin Chuùa Gieâ-xu: *"Xin Chuùa giuùp ñôõ trong söï khoâng tin cuûa toâi!"* (Maùc 9:24) Khi nghe lôøi caàu xin cuûa ngöôøi cha, ngöôøi coù taám loøng chaân thaønh, lôøi caàu nguyeän khaån thieát, vaø ñöùc tin maø Chuùa Gieâ-xu bieát, Ngaøi ban cho ngöôøi cha ñöùc tin ñeå bôûi ñoù oâng ta coù theå tin.

Töông töï nhö theá, baèng vieäc keâu caàu cuøng Ñöùc Chuùa Trôøi chuùng ta coù theå nhaän ñöôïc ñöùc tin maø bôûi ñoù chuùng ta coù theå tin vaø vôùi loaïi ñöùc tin naøy, chuùng ta seõ trôû neân xöùng ñaùng ñeå nhaän ñöôïc söï ñaùp lôøi cho caùc nan ñeà cuûa chuùng ta, vaø "ñieàu khoâng theå" seõ trôû thaønh "ñieàu coù theå."

Moät khi ngöôøi cha ñaõ xong nhaän ñöùc tin maø bôûi ñoù oâng coù theå tin, khi Chuùa Gieâ-xu ra leänh: *"Hôõi quæ caâm vaø ñieác, ta bieåu maày phaûi ra khoûi ñöùa treû naày, ñöøng aùm noù nöõa,"* aùc linh lieàn rôøi khoûi ñöùa con trai cuøng vôùi moät tieáng la lôùn (Maùc 9:25-27). Khi moãi mieäng ngöôøi cha caàu xin ñöùc tin maø bôûi ñoù oâng coù theå tin vaø khao khaùt söï can thieäp cuûa Ñöùc Chuùa Trôøi – ngay sau khi Chuùa Gieâ-xu ñaõ quôû traùch oâng – Chuùa Gieâ-xu baøy toû moät coâng taùc chöõa laønh ñaùng ngaïc nhieân.

Chuùa Gieâ-xu thaäm chí coøn nhaäm lôøi vaø ban söï chöõa laønh troïn veïn cho ñöùa con trai cuûa ngöôøi cha, laø ñöùa ñaõ bò chieám höõu bôûi moät taø linh troïi buoäc khoâng cho anh ta noùi, vaø anh ta phaûi chòu chöùng ñoäng kinh ñeán noāi anh ta thöôøng bò teù xuoáng, suøi boït meùp, nghieán raêng, vaø trôû neân coùng ñôø. Tieáp theo, ñoái vôùi nhöõng ngöôøi tin vaøo quyeàn naêng cuûa Ñöùc Chuùa Trôøi maø bôûi ñoù moïi vieäc ñeàu coù theå vaø nhöõng ngöôøi soáng theo Lôøi cuûa ngöôøi, haù Ngaøi khoâng cho pheùp moïi vieäc troâi chaûy vaø cho hoï soáng moät cuoäc soáng khoûe maïnh hay sao?

Ngay sau khi Hoäi Thaùnh Manmin thaønh laäp, moät thanh nieân töø Tænh Gang-won ñeán thaêm Hoäi Thaùnh sau khi nghe tin veà Hoäi Thaùnh. Chaøng thanh nieân naøy nghó raèng anh ta ñang haàu vieäc Chuùa caùch trung tín vôùi vai troø laø moät giaùo vieân Tröôøng Chuùa Nhaät vaø laø moät thaønh vieân cuûa ban haùt. Tuy nhieân, bôûi vì anh ta cöïc kyø kieâu ngaïo vaø khoâng ñuoåi tröø ñieàu xaáu trong loøng anh ta nhöng thay vaøo ñoù tieáp tuïc phaïm toäi, anh thanh nieân naøy phaûi chòu ñau khoå sau khi moät con quyû nhaäp vaøo taâm loøng khoâng saïch cuûa anh vaø baét ñaàu ôû trong ñoù. Coâng taùc chöõa laønh ñöôïc baøy toû bôûi lôøi caàu nguyeän khaån thieát vaø söï taän hieán cuûa cha anh ta. Sau khi xaùc ñònh nhaän daïng cuûa con quyû vaø ñuoåi noù ra baèng lôøi caàu nguyeän, ngöôøi thanh nieân suøi boït meùp, ñaùnh vaøo löng anh ta, vaø toùa ra moät muøi kinh khuûng. Sau vieäc naøy, ñôøi soáng cuûa anh thanh nieân naøy ñöôïc ñoåi môùi vì anh ñaõ trang bò chính mình baèng leõ thaät ôû taïi Hoäi Thaùnh Manmin. Ngaøy nay, anh ta trung tín phuïc vuï Hoäi Thaùnh cuûa anh ôû taïi Gang-won vaø daâng söï vinh hieån leân cho

Ñöùc Chuùa Trôøi baèng caùch chia seû aân ñieån cuûa baøi laøm chöùng veà söï chöõa laønh cuûa anh vôùi voâ soá ngöôøi.

Nguyeän raèng baïn hieåu raèng phaïm vi coâng taùc cuûa Ñöùc Chuùa Trôøi laø voâ haïn, vaø raèng moïi vieäc ñeàu khaû thi, neáu khi baïn tìm kieám trong söï caàu nguyeän, baïn seõ trôû thaønh khoâng chæ moät ñöùa con ñöôïc phöôùc cuûa Ñöùc Chuùa Trôøi nhöng cuõng laø ngöôøi thaønh thieân yeâu daáu cuûa Ngaøi, laø ngöôøi mao moïi vieäc ñeàu troâi chaûy moïi luùc. Toâi caàu nguyeän nhaân danh Chuùa chuùng ta.

Chöông 7

Ñöùc Tin vaø Söï Vaâng Lôøi cuûa Ngöôøi Phung Na-a-man

2 Các Vua 5:9-10, 14

Vậy, Na-a-man đến với ngựa và xe, dừng tại cửa nhà Ê-li-sê. Ê-li-sê sai một sứ giả nói với người rằng: Hãy đi tắm mình bảy lần dưới sông Giô-đanh, thịt ngươi tất sẽ trở nên lành, và ngươi sẽ được sạch. Người bèn xuống sông Giô-đanh, và tắm mình bảy lần, theo như lời truyền của người Đức Chúa Trời. Người liền được sạch, và thịt người trở nên như trước, giống như thịt của một đứa con nít nhỏ.

Toång Binh Na-a-man – Ngöôøi Maéc Beänh Phung

Trong suoát cuoäc ñôøi chuùng ta, chuùng ta gaëp nan ñeà lôùn vaø nhoû. Coù khi chuùng ta phaûi ñoái dieän vôùi caùc nan ñeà vöôït ngoaøi naêng löïc cuûa con ngöôøi.

Trong moät vöông quoác kia teân laø A-ram, ôû phía Baéc cuûa Y-sô-ra-eân, coù moät quan toång binh teân laø Na-a-man. OÂng laõnh ñaïo quaân ñoäi A-ram ñem laïi söï chieán thaéng cho ñaát nöôùc vaøo giôø phuùt quyeát ñònh nhaát cuûa ñaát nöôùc. Na-a-man yeâu meán quoác gia cuûa oâng vaø oâng trung thaønh phuïc vuï cho vua cuûa mình. Maëc daàu vò vua raát laø quyù meán Na-a-man, nhöng quan toång binh laïi ôû trong moät noãi khoå naõo vì moät bí maät maø khoâng ai khaùc bieát ñöôïc.

Ñieàu gì gaây ra noãi khoå naõo cuûa oâng? Na-a-man ôû trong noãi ñau ñôùn khoâng phaûi vì oâng thieáu cuûa caûi hay danh voïng. Na-a-man caûm thaáy öu phieàn vaø khoâng tìm ñöôïc nieàm vui trong cuoäc soáng bôûi vì oâng bò beänh phung, moät caên beänh nan y maø thuoác men vaøo thôøi cuûa oâng khoâng theå cöùu chöõa ñöôïc.

Vaøo thôøi cuûa Na-a-man, nhöõng ai bò beänh phung ñeàu bò xem laø khoâng saïch. Hoï bò buoäc phaûi soáng ôû moät nôi coâ laäp beân ngoaøi phaïm vi thaønh. Söï ñau khoå Na-a-man caøng khoâng theå chòu ñöôïc bôûi vì, coäng vôùi noãi ñau, coù nhöõng nan ñeà khaùc ñi keøm theo vôùi caên beänh naøy.

Trieäu chöùng cuûa beänh phung bao goàm nhöõng veát ñoám treân cô theå, ñaëc bieät laø treân maët cuûa ngöôøi beänh, beân ngoaøi caùnh tay vaø chaân, mu baøn chaân, cuõng nhö söï thoaùi hoùa cuûa caùc giaùc quan. Trong nhöõng tröôøng hôïp nghieâm troïng, loâng maøy, moùng tay, vaø moùng chaân ruïng ra, vaø dieän maïo beân ngoaøi cuûa ngöôøi beänh seõ troâ neân raát laø khuûng khieáp.

Ñeán moät ngaøy kia, Na-a-man, ngöôøi phaûi chòu moät caên beänh nan y vaø khoâng theå tìm ñöôïc nieàm vui trong cuoäc soáng, nghe ñöôïc moät tin töùc toát laønh. Theo moät em gaùi nhoû bò baét laøm phu tuø tö trong daân Y-sô-ra-eân, ñöùa ñang phuïc vuï cho vôï cuûa oâng, thì coù moät vò tieân tri ôû taïi Sa-ma-ri coù theå chöõa laønh beänh phung cho Na-a-man. Vì khoâng ñieàu gì maø oâng khoâng laøm ñeå ñöôïc chöõa laønh, neân Na-a-man keå vua nghe veà beänh tình cuûa oâng vaø ñieàu oâng ñaõ nghe töø ñöùa tôù gaùi. Khi nghe raèng vò quan toång binh trung thaønh cuûa oâng seõ ñöôïc chöõa laønh beänh phung neáu oâng aáy ñeán gaëp moät tieân tri taïi Sa-ma-ri, vò vua haèng haùi giuùp ñôõ Na-a-man vaø thay maët Na-a-man vieát moät böùc thô göûi ñeán cho vua Y-sô-ra-eân.

Na-a-man ñi ñeán Y-sô-ra-eân cuøng vôùi möôøi ta-laâng baïc, saùu ngaøn ñoàng vaøng, vaø möôøi boä aùo vaø böùc thô cuûa vua, vieát raèng: *"Khi thô naày ñaït ñeán vua, kìa ta ñaõ sai Na-a-man, ñaày tôù ta ñeán cuøng vua; vua tieáp ñöôïc böùc thô naày, aáy ñeå vua giaûi cöùu bònh phung cho ngöôøi"* (caâu 6). Luùc baáy giôø, nöôùc A-ram laø moät quoác gia maïnh hôn nöôùc Y-sô-ra-eân. Khi ñoïc böùc thö töø vua cuûa A-ram, vua Y-sô-ra-eân xeù aùo vaø noùi raèng: *"Ta haù phaûi laø Ñöùc Chuùa Trôøi sao? Taïi sao ngöôøi naøy laïi cöù ngöôøi ñeán gaëp ta ñeå ñöôïc chöõa laønh beänh phung? Khaù neân bieát vaø xem thaáy raèng ngöôøi tìm dòp ñeå nghòch cuøng ta!"* (caâu 7)

Khi vò tieân tri cuûa Y-sô-ra-eân laø EÂ-li-seâ nghe tin naøy, oâng ñeán tröôùc vua vaø noùi raèng: *"Côù sao vua xeù quaàn aùo mình? Na-a-man haõy ñeán toâi, aét ngöôøi seõ bieát raèng trong Y-sô-ra-eân coù tieân tri"* (caâu 8). Khi vò vua Y-sô-ra-eân baûo Na-a-man ñeán nhaø EÂ-li-seâ, vò tieân tri khoâng gaëp quan toång binh nhöng chæ noùi qua moät söù giaû raèng: *"Haõy ñi taém mình baûy laàn döôùi soâng Gioâ-ñanh, thòt ngöôi taát seõ trôû neân laønh, vaø ngöôi seõ ñöôïc saïch"* (caâu 10).

Chaéc haún Na-a-man caûm thaáy khoù xöû theá naøo, khi oâng ñaõ ñi cuøng vôùi ngöïa vaø xe ngöïa cuûa mình ñeán nhaø EÂ-li-seâ, ñeå roài vò tieân tri naøy khoâng theøm chaøo ñoùn oâng cuõng khoâng gaëp oâng sao? Vò quan toång binh baát ñaàu giaän döõ. OÂng nghó raèng neáu moät toång binh cuûa moät ñoäi quaân töø vöông quoác maïnh hôn Y-sô-ra-eân ñeán vieáng thaêm, thì vò tieân tri seõ phaûi chaân thaønh chaøo ñoùn vaø ñaët tay leân vò toång binh chöù. Thay vaøo ñoù, Na-a-man laïi nhaän ñöôïc moät söï tieáp ñoùn laïnh luøng töø vò tieân tri vaø oâng ñöôïc baûo laø phaûi ñi taém trong moät con soâng nhoû beù vaø dô baån nhö laø soâng Gioâ-ñanh.

Trong côn thành nọ, Na-a-man nghó ñeán vieäc trôû veà nhaø, oâng noùi raèng: *"Ta nghó raèng chính mình ngöôøi seõ ñi ra ñoùn ta, ñöùng gaàn ñoù maø caàu khaån danh Gieâ-hoâ-va Ñöùc Chuùa Trôøi cuûa ngöôøi, laáy tay ñöa qua ñöa laïi treân choã bònh vaø chöõa laønh keû phung. A-ba-na vaø Baït-ba, hai soâng ôû Ña-maùch, haù chaúng toát hôn caùc nöôùc trong Y-sô-ra-eân sao? Ta haù chaúng taém ñoù cho ñöôïc saïch hay sao?"* (caâu 11-12) Khi oâng chuaån bò haønh trình trôû veà nhaø, ñaày tôù cuûa Na-a-man naøi xin cuøng oâng raèng: *"Cha ôi, neáu tieân tri coù truyeàn cho cha moät vieäc khoù, cha haù chaúng laøm sao? Phöông chi raøy ngöôøi baûo cha raèng: 'Haõy taém, thì ñöôïc saïch'?"* (caâu 13) Hoï coá thuyeát phuïc chuû hoï vaâng theo söï chæ daãn cuûa EÂ-li-seâ.

Ñieàu gì xaûy ra khi Na-a-man ngaâm mình xuoáng soâng Gioâ-ñanh baûy laàn, nhö lôøi EÂ-li-seâ ñaõ chæ daãn oâng? Thòt cuûa oâng trôû neân saïch gioáng nhö thòt cuûa moät ñöùa treû. Beänh phung ñaõ ñem laïi cho Na-a-man quaù nhieàu ñau khoå giôø hoaøn toaøn ñöôïc chöõa laønh. Khi moät caên beänh nan y ñoái vôùi con ngöôøi ñöôïc chöõa laønh hoaøn toaøn bôûi söï vaâng lôøi cuûa Na-a-man ñoái vôùi ngöôøi cuûa Ñöùc Chuùa Trôøi, thì võ quan toång binh nhaän bieát ñöôïc Ñöùc Chuùa Trôøi haèng soáng cuûa EÂ-li-seâ, laø ngöôøi cuûa Ñöùc Chuùa Trôøi.

Sau khi kinh nghieäm ñöôïc quyeàn naêng cuûa Ñöùc Chuùa Trôøi haèng soáng – Ñöùc Chuùa Trôøi Ñaáng chöõa laønh beänh phung – Na-a-man quay trôû veà cuøng EÂ-li-seâ, xöng nhaän: *"Baây giôø, toâi nhìn bieát raèng treân khaép theá gian chaúng coù chuùa naøo khaùc hôn Ñöùc Chuùa Trôøi trong Y-sô-ra-eân. AÁy vaäy, toâi xin oâng nhaän leã vaät cuûa keû toâi tôù oâng.* Nhöng EÂ-li-seâ ñaùp raèng: Ta chæ Ñöùc Gieâ-hoâ-va haèng soáng, laø Ñaáng ta phuïc söï maø theà raèng ta chaúng nhaän gì heát. Na-a-man eùp naøi EÂ-li-seâ nhaän laáy, nhöng ngöôøi töø choái. Na-a-man beøn tieáp raèng: *Tuy chaúng nhaän laáy, toâi xin oâng cho pheùp ngöôøi ta ban cho keû toâi tôù oâng nhöõ ñaát baèng hai con la chôû noåi; vì töø raøy veà sau, keû toâi tôù oâng chaúng muoán daâng cuûa leã thieâu hay laø teá leã chi cho thaàn naøo khaùc hôn laø Ñöùc Gieâ-hoâ-va,"* vaø daâng vinh hieån leân cho Ñöùc Chuùa Trôøi (2 Caùc Vua 5:15-17).

Ñöùc tin vaø Vieäc Laøm cuûa Na-a-man

Baây giôø chuùng ta haõy tìm hieåu ñöùc tin vaø vieäc laøm cuûa Na-a-man, ngöôøi gaëp ñöôïc Ñöùc Chuùa Trôøi Ñaáng Chöõa Laønh vaø ñöôïc chöõa khoûi moät caên beänh nan y.

1. Löông Taâm Toát cuûa Na-a-man

Moät soá ngöôøi deã daøng tieáp nhaän vaø tin vaøo lôøi cuûa ngöôøi khaùc trong khi maët khaùc laïi coù moät soá ngöôøi coù khuynh höôùng hay nghi ngôø voâ ñieàu kieän vaøo khoâng tin ngöôøi khaùc. Vì Na-a-man coù moät loøng taâm toát, neân oâng khoâng coi thöôøng lôøi noùi cuûa ngöôøi khaùc nhöng vui loøng tieáp nhaän chuùng. OÂng coù theå ñi ñeán Y-sô-ra-eân, vaâng lôøi chæ daãn cuûa EÂ-li-seâ, vaø nhaän ñöôïc söï chöõa laønh bôûi vì oâng khoâng thoâ ô nhöõng laïi chuù yù kyõ ñeán vaø tin vaøo lôøi noùi cuûa moät ñöùa gaùi treû ñang phuïc vuï cho vôï cuûa oâng. Khi ñöùa gaùi treû bò baét töø Y-sô-ra-eân veà laøm phu tuø naøy noùi vôùi vôï oâng raèng: *"OÂi! Chôù chi chuùa toâi ñi ñeán cuøng oâng tieân tri ôû Sa-ma-ri! Ngöôøi seõ giaûi cöùu chuùa toâi khoûi bònh phung,"* (caâu 5) Na-a-man tin vaøo coâ beù. Giaû ñònh baïn ôû vaøo ñòa vò cuûa Na-a-man. Baïn seõ laøm gì? Baïn coù hoaøn toaøn tieáp nhaän lôøi cuûa coâ beù hay khoâng?

Baát chaáp söï tieán boä cuûa y hoïc hieän ñaïi ngaøy nay, coù nhieàu caên beänh maø thuoác men khoâng theå chöõa trò ñöôïc. Neáu baïn noùi vôùi ngöôøi khaùc raèng baïn ñöôïc Ñöùc Chuùa Trôøi chöõa laønh khoûi nhöõng caên beänh nan y hoaëc raèng baïn vöøa ñöôïc chöõa laønh sau khi nhaän ñöôïc lôøi caàu thay, baïn nghó seõ coù bao nhieâu ngöôøi tin baïn? Na-a-man tin vaøo nhöõng lôøi noùi cuûa beù gaùi, ñi ñeán tröôùc vua cuûa oâng ñeå xin pheùp, ñi qua Y-sô-ra-eân, vaø nhaän ñöôïc söï chöõa laønh cho beänh phung cuûa oâng. Noùi caùch khaùc, bôûi vì Na-a-man coù moät loøng taâm toát, neân oâng coù theå chaáp nhaän lôøi noùi cuûa moät beù gaùi khi em truyeàn giaûng cho oâng vaø oâng haønh ñoäng theo ñieàu noù.

Chúng ta cũng phải nhận ra rằng khi chúng ta được rao giảng Phúc Âm, chúng ta có thể nhận được sự đáp lời cho các nan đề của chúng ta chỉ khi nào chúng ta tin vào sự giảng dạy ấy và đến trước Ngôi Chúa Trời theo cách Na-a-man đã làm.

2. Na-a-man Phản Hủy Suy Nghĩ của Ông

Khi Na-a-man đi đến Y-sơ-ra-ên với sự giúp đỡ của vua của ông vào đến nhà của Ê-li-sê, vị tiên tri có thể chữa lành bệnh phung, ông nhận được một sự tiếp đón lạnh lương. Hiển nhiên ông trở nên giận dỗi khi Ê-li-sê, người mà trong mắt một Na-a-man không tin không có một chút danh tiếng hay địa vị xã hội, lại không chào đón một tôi tớ trung thành của vua A-ram, vào con bảo Na-a-man – qua một sứ giả – đi tắm mình ở dưới sông Giô-đanh bảy lần. Na-a-man điên tiết lên bởi vì bản thân ông được vua của A-ram phái đến. Hơn thế nữa, Ê-li-sê thậm chí còn không đặt tay lên đám phung nhưng thay vào đó lại bảo Na-a-man rằng ông có thể được sạch khi ông đi rửa mình trong con sông Giô-đanh vừa nhỏ vừa dơ bẩn.

Na-a-man nổi giận cùng Ê-li-sê vào hành động của vị tiên tri, mà ông không thể hiểu được bằng suy nghĩ riêng của mình. Ông chuẩn bị hành trình trở về, nghĩ rằng có nhiều con sông khác lớn vào sạch sẽ ở ở trong đặt nước của ông vào rằng ông có thể được sạch bệnh nếu ông đi rửa mình trong bất kỳ con sông nào trong số các sông ấy. Ngay lúc đó, các tôi tớ của Na-a-man nói năn chú của họ vâng theo sự chỉ dẫn của Ê-li-sê và ngâm mình vào sông Giô-đanh.

Vì Na-a-man có một lòng tầm tốt, viên tổng binh khoảng hành động theo suy nghĩ của ông nhưng thay vào đó lại quyết định vâng theo sự chỉ dẫn của Ê-li-sê, và hưởng đến sông Giô-đanh. Trong số những người cương ngạo và xảo hoại như Na-a-man, có bao nhiêu người trong số họ sẽ ăn năn và vâng theo sự nói năn của tôi tớ của họ hay những người khác ở dưới và thấp kém hơn họ?

Nhờ chúng ta thấy trong Ê-sai 55:8-9: *"Đức Giê-hô-va phán: 'Ý tưởng ta chẳng phải ý tưởng các ngươi, đường lối các ngươi chẳng phải đường lối ta. Vì các tầng trời cao hơn đất bao nhiêu, thì đường lối ta cao hơn đường lối các ngươi, ý tưởng ta cao hơn ý tưởng các ngươi cũng bấy nhiêu,'"* khi chúng ta giữ suy nghĩ vào lý thuyết của con người, chúng ta không thể vâng theo Lời của Đức Chúa Trời. Chúng ta hãy nhớ lại kết cuộc của vua Sau-lơ, người không vâng lời Đức Chúa Trời. Khi chúng ta kết hợp chặt chẽ với suy nghĩ của con người và không vâng theo ý muốn của Đức Chúa Trời, thì đây là một hành động không vâng lời, vào nếu chúng ta thất bại trong việc nhận biết sự bất tuân của chúng ta, thì chúng ta phải nhớ rằng

Ñöùc Chuùa Trôøi seõ ruoàng boû vaø khöôùc töø chuùng ta theo caùch vua Sau-lô ñaõ bò Ngaøi ruoàng boû.

Chuùng ta ñoïc thaáy trong 1 Sa-mu-eân 15:22-23: *"Sa-mu-eân noùi: 'Ñöùc Gieâ-hoâ-va haù ñeïp loøng cuûa leã thieâu vaø cuûa leã thuø aân baèng söï vaâng theo lôøi phaùn cuûa Ngaøi ö? Vaû, söï vaâng lôøi toát hôn cuûa teá leã; söï nghe theo toát hôn môõ chieân ñöïc; söï boäi nghòch cuõng ñaùng toäi baèng söï taø thuaät; söï coá chaáp gioáng nhö toäi troïng cuøng laïy hình töôïng. Bôûi ngöôi ñaõ töø boû lôøi cuûa Ñöùc Gieâ-hoâ-va, neân Ngaøi cuõng töø boû ngöôi khoâng cho ngöôi laøm vua.'"* Na-a-man suy nghó hai laàn vaø quyeát ñònh phaù voõ suy nghó cuûa mình vaø laøm theo söï chæ daãn cuûa EÂ-li-seâ, ngöôøi cuûa Ñöùc Chuùa Trôøi.

Töông töï nhö theá, chuùng ta phaûi nhôù raèng chæ khi naøo chuùng ta queâng boû taám loøng baát tuaân cuûa chuùng ta vaø ñoåi taám loøng chuùng ta thaønh taám loøng cuûa söï vaâng phuïc theo yù muoán cuûa Ñöùc Chuùa Trôøi, thì khi ñoù chuùng ta coù theå nhaät ñöôïc nieàu loøng chuùng ta ao öôùc.

3. Na-a-man Vaâng Lôøi cuûa Vò Tieân Tri

Theo söï chæ daãn cuûa EÂ-li-seâ, Na-a-man ñi xuoáng soâng Gioâ-ñanh vaø röûa mình. Coù nhieàu con soâng khaùc roäng hôn vaø saïch hôn soâng Gioâ-ñanh, nhöng söï chæ daãn cuûa EÂ-li-seâ ñeán soâng Gioâ-ñanh mang moät yù nghóa thuoäc linh. Soâng Gioâ-ñanh töôïng tröng cho söï cöùu roãi, trong khi nöôùc töôïng tröng cho Lôøi cuûa Ñöùc Chuùa Trôøi röûa saïch toäi loãi cuûa con ngöôøi vaø cho pheùp hoï ñeán söï cöùu roãi (Giaêng 4:14). Ñaáy laø vì sao EÂ-li-seâ muoán Na-a-man röûa mình trong soâng Gioâ-ñanh ñeå daãn oâng ñeán vôùi söï cöùu roãi. Baát chaáp nhöõng con soâng khaùc coù roäng lôùn hôn vaø saïch seõ hôn ñeán ñaâu, chuùng vaãn khoâng daãn ngöôøi ta ñeán vôùi söï cöùu roãi ñöôïc, vaø khoâng coù yù nghóa gì vôùi Ñöùc Chuùa Trôøi caû, vaø vì theá trong nhöõng con soâng aáy coâng taùc cuûa Ñöùc Chuùa Trôøi khoâng theå ñöôïc theå hieän.

Nhö Chuùa Gieâ-xu phaùn cuøng chuùng ta trong Giaêng 3:5 raèng: *"Quaû thaät, quaû thaät, ta noùi cuøng ngöôi, neáu moät ngöôøi chaúng nhôø nöôùc vaø Thaùnh Linh maø sanh, thì khoâng ñöôïc vaøo nöôùc Ñöùc Chuùa Trôøi,"* bôûi vieäc röûa mình döôùi soâng Gioâ-ñanh, moät con ñöôøng naõo môû ra cho Na-a-man ñeå nhaän ñöôïc söï tha thöù cho toäi loãi cuûa oâng vaø nhaän ñöôïc söï cöùu roãi, vaø gaëp ñöôïc Ñöùc Chuùa Trôøi haèng soáng.

Vaäy thì, taïi sao Na-a-man laïi ñöôïc baûo phaûi ñi röûa mình baûy laàn? Con soá "7" laø moät con soá hoaøn chænh töôïng tröng cho söï hoaøn haûo. Baèng caùch chæ daãn Na-a-man ñi röûa mình baûy laàn, EÂ-li-seâ ñang baûo vôùi vieân toång binh haõy nhaän laõnh söï tha thöù cho toäi loãi cuûa oâng vaø hoaøn toaøn ôû trong Lôøi cuûa Ñöùc Chuùa Trôøi. Chæ khi ñoù Ñöùc Chuùa Trôøi, vì Ngaøi maø moïi vieäc ñeàu khaû thi, môùi baøy toû coâng taùc chöõa laønh vaø chöõa laønh cho baát kyø caên beänh nan y naøo.

Vì theá, chuùng ta thaáy raèng Na-a-man nhaän ñöôïc söï chöõa laønh cho beänh phung cuûa oâng, maø khoâng thuoác men hay khaû naêng naøo cuûa con ngöôøi coù theå choáng laïi, bôûi vì oâng vaâng theo lôøi noùi cuûa vò tieân tri. Trong kinh thaùnh noùi cuøng chuùng ta roõ raøng raèng: *"Vì lôøi cuûa Ñöùc Chuùa Trôøi laø lôøi soáng vaø linh nghieäm, saéc hôn göôm hai löôõi, thaáu vaøo ñeán ñoãi chia hoàn, linh, coát, tuûy, xem xeùt tö töôûng vaø yù ñònh trong loøng. Chaúng coù vaät naøo ñöôïc giaáu kín tröôùc maët Chuùa, nhöng thaûy ñeàu traàn truïi vaø loä ra tröôùc maét Ñaáng maø chuùng ta phaûi thöa laïi"* (Heâ-bô-rô 4:12-13).

Na-a-man ñeán tröôùc Ñöùc Chuùa Trôøi Ñaáng khoâng ñieàu gì laø khoâng theå laøm, phaù vôõ suy nghó cuûa rieâng oâng, aên naên, vaø vaâng theo yù muoán cuûa Ngaøi. Khi Na-a-man ngaâm mình baûy laàn döôùi soâng Gioâ-ñanh, Ñöùc Chuùa Trôøi thaáy ñöùc tin cuûa oâng, chöõa laønh oâng khoûi beänh phung, vaø da thòt cuûa Na-a-man ñöôïc phuïc hoài vaø saïch gioáng nhö da thòt cuûa moät ñöùa treû.

Baèng caùch baøy toû cho chuùng ta moät maãu baèng chöùng roõ raøng maø chöùng thöïc raèng söï chöõa laønh beänh phung laø chæ coù theå ñöôïc thöïc hieän bôûi quyeàn naêng cuûa Ngaøi, Ñöùc Chuùa Trôøi noùi vôùi chuùng ta raèng baát kyø caên beänh nan y naøo cuõng ñeàu coù theå ñöôïc chöõa laønh khi chuùng ta laøm Ngaøi vui loøng baèng ñöùc tin ñi keøm vôùi vieäc laøm cuûa chuùng ta.

Na-a-man Daâng Vinh Hieån Leân Cho Ñöùc Chuùa Trôøi

Sau khi Na-a-man ñöôïc chöõa laønh khoûi beänh phung, oâng trôû laïi cuøng EÂ-li-seâ, noùi: *"Baây giôø, toâi nhìn bieát raèng treân khaép theá gian chaúng coù chuùa naøo khaùc hôn Ñöùc Chuùa Trôøi trong Y-sô-ra-eân… keû toâi tôù oâng chaúng muoán daâng cuûa leã thieâu hay laø teá leã chi cho thaàn naøo khaùc hôn laø Ñöùc Gieâ-hoâ-va,"* vaø daâng vinh hieån leân cho Ñöùc Chuùa Trôøi.

Trong Lu-ca 17:11-19 laø caûnh möôøi ngöôøi ñeán gaëp Chuùa Gieâ-xu vaø ñöôïc chöõa laønh khoûi beänh phung. Tuy nhieân, chæ coù moät ngöôøi trong boïn hoï trôû laïi vôùi Chuùa Gieâ-xu, lôùn tieáng ngôïi khen Ñöùc Chuùa Trôøi, vaø saáp mình xuoáng döôùi chaân Chuùa Gieâ-xu vaø caùm ôn Ngaøi. Trong caâu 17-18, Chuùa Gieâ-xu hoûi anh: *"Khoâng phaûi möôøi ngöôøi ñeàu ñöôïc saïch caû sao? Coøn chín ngöôøi kia ôû ñaâu? Chæ coù ngöôøi ngoaïi quoác naày trôû laïi ngôïi khen Ñöùc Chuùa Trôøi ö!"* Tieáp theo trong caâu 19, Chuùa Gieâ-xu noùi cuøng anh ta: *"Daäy, ñi; ñöùc tin ngöôi ñaõ cöùu ngöôi."* Neáu chuùng ta nhaän ñöôïc söï chöõa laønh bôûi quyeàn naêng cuûa Ñöùc Chuùa Trôøi, thì chuùng ta khoâng chæ phaûi daâng söï vinh hieån leân cho Ñöùc Chuùa

Trôøi, tieáp nhaän Ñöùc Chuùa Gieâ-xu Christ, vaø ñöôïc söï cöùu roãi, nhöõng cuõng phaûi soáng theo Lôøi cuûa Ñöùc Chuùa Trôøi nöõa.

Na-a-man coù loaïi ñöùc tin vaø vieäc laøm maø bôûi ñoù oâng coù theå ñöôïc chöõa laønh khoûi beänh phung, moät caên beänh nan y vaøo thôøi cuûa oâng. OÂng coù moät loøng taâm toát ñeå tin vaøo lôøi noùi cuûa moät ñöùa tôù gaùi nhoû bò baét laøm phu tuø. OÂng coù loaïi ñöùc tin maø bôûi ñoù oâng chuaån bò moät moùn quaø quyù giaù ñeå ñeán thaêm moät tieân tri. OÂng baøy toû vieäc laøm cuûa söï vaâng phuïc daàu raèng söï chæ daãn cuûa Tieân Tri EÂ-li-seâ khoâng thoáng nhaát vôùi suy nghó cuûa oâng.

Na-a-man, moät ngöôøi ngoaïi, ñaõ töøng ñau khoå vì moät caên beänh nan y nhöng qua caên beänh cuûa oâng, oâng ñaõ gaëp ñöôïc Ñöùc Chuùa Trôøi haèng soáng vaø kinh nghieäm ñöôïc coâng taùc chöõa laønh. Baát kyø ai ñeán tröôùc Ñöùc Chuùa Trôøi Toái Cao vaø baøy toû ñöùc tin cuøng vieäc laøm cuûa ngöôøi aáy ñeàu seõ nhaän ñöôïc söï nhaäm lôøi cho moïi nan ñeà, baát keå caùc nan ñeà ñoù coù khoù khaên ñeán ñaâu chaêng nöõa.

Nguyeän raèng baïn coù ñöôïc ñöùc tin quyù baùu, baøy toû ñöùc tin aáy qua vieäc laøm, nhaän laõnh ñöôïc söï ñaùp lôøi cho moïi nan ñeà trong cuoäc soáng, vaø trôû thaønh nhöõng vò thaùnh ñöôïc phöôùc, daâng vinh hieån leân cho Ñöùc Chuùa Trôøi. Toâi caàu nguyeän nhaân danh Chuùa chuùng ta.

Tác giả:
Tiến Sĩ Jaerock Lee

Tiến Sĩ Jaerock Lee sinh trưởng tại Muan, tỉnh phận Jeonnam, Cộng Hòa Nhân Dân Triều Tiên, năm 1943. Những năm tháng của tuổi 20, Mục sư Lee đã phải trải qua rất nhiều căn bệnh nan y, trong bảy năm trường đầy tuyệt vọng, vô phương cứu chữa, ông chỉ còn biết chờ chết. Một ngày kia, vào mùa xuân 1974, được chị gái đưa đến nhà thờ, khi quỳ xuống cầu nguyện, Đức Chúa Trời hằng sống đã chữa lành mọi bệnh tật ông ngay tức khắc.

Qua kinh nghiệm kỳ diệu đó, Tiến Sĩ Lee đã gặp được Đức Chúa Trời hằng sống, ông đã dâng trọn tấm lòng thành kính lên Ngài, năm 1978, ông được kêu gọi bước vào con đường hầu việc Đức Chúa Trời. Ông hết lòng cầu nguyện để hiểu rõ ý muốn Ngài và hoàn thành sứ mạng một cách tốt nhất, ông vâng phục tất cả các mạng lệnh. Năm 1982 ông thành lập Hội Thánh Trung Tâm Manmin tại Seoul, Hàn Quốc và tại đây nhiều công việc của Chúa kể cả những phép lạ chữa lành, những dấu lạ đã và đang xảy ra đến mức không kể xiết.

Năm 1986, Tiến Sĩ Lee được thụ phong tại Hội Thánh Annual Assembly Jesus Sungkyul của Hàn Quốc, bốn năm sau, 1990, những bài giảng luận của ông bắt đầu được phát song qua các đài phát thanh tại Úc Châu, Nga, Philipines và được phát sóng nhiều qua Đài Nguồn Sống FEBC, Đài Phát Thanh Á Châu, và Hệ thống Truyền thanh Cơ Đốc Nhân Washington, và nhiều quốc gia khác.

Ba năm sau, 1993, Hội Thánh Trung Tâm Manmin được tạp chí Cơ *Christian World* (US) bầu chọn, xếp vào "Top 50 Hội Thánh Hàng Đầu Thế Giới" và ông nhận học vị Tiến Sĩ Danh Dự Thần Học của Trường Đại Học Christian Faith, Florida, USA và năm 1996, Ông nhận học vị Tiến sĩ Mục Vụ tại Chủng Viện Thần Học Kingsway, Iowa, USA.

Kể từ năm 1993, Mục sư Lee đã bước vào sứ mạng truyền giáo Toàn cầu qua nhiều chiến dịch hải ngoại tại Hoa Kỳ, Tanzania, Argentina, L.A., Baltimore City, Hawaii, and New York City of the USA Uganda, Japan, Pakistan, Kenya, Philipines, Honduras, India, Russia, Germany, Peru, Cộng Hòa Dân Nhân Dân Công Gô, và Y-sơ-ra-ên và Estonia.

Đến tháng 10, năm 2015, Hội Thánh Trung Tâm Manmin là một giáo hội có hơn 120.000 thành viên. Có 10.000 chi nhánh trong và ngoài nước, và có hơn 103 giáo sĩ được ủy thác đến 23 quốc gia, bao gồm Hoa Kỳ, Nga, Đức, Canada, Nhật, Trung Quốc, Pháp, Ấn Độ, Kenya, và nhiều nơi khác.

Cho đến ngày xuất bản sách này, Tiến Sĩ Lee đã viết được 99 cuốn sách, trong đó có những cuốn rất được ưa chuộng như, *Nếm Trải Sự Sống Đời Đời Trước Cái Chết, Và Niềm Tin I & II, Sứ Điệp Thập Tự Giá, Tầm Thước Đức Tin, Thiên Đàng I & II, Địa Ngục* và *Quyền Năng Đức Chúa Trời*. Những tác phẩm của ông đã được phiên dịch trên 75 ngôn ngữ khác nhau.

Các mục báo Cơ Đốc của ông xuất hiện trên *The Hankook Ilbo, The Chosun Ilbo, The JoongAng Daily, The Dong-A Ilbo, The Munhwa Ilbo, The Seoul Shinmun, The Kyunghyang Shinmun, The Korea Economic Daily, The Korea Herald, The Shisa News*, và *The Christian Press*.

Tiến Sĩ Lee hiện nay là lãnh đạo của nhiều tổ chức truyền giáo và hiệp hội, bao gồm: Chủ Tịch Hội Thánh The United Holiness Church of Jesus Christ; Chủ Tịch Sứ Mạng Toàn Cầu Manmin, Chủ Tịch Thường Trực Hiệp Hội Sứ Mạng Phục Hưng Cơ Đốc Thế Giới, Nhà Sáng Lập & Ban Chủ Tịch Mạng Lưới Cơ Đốc Nhân Toàn Cầu (GCN), Mạng Lưới Bác Sĩ Cơ Đốc Nhân Toàn Cầu (WCDN), và Chủng Viện Thần Học Quốc Tế Manmin (MIS).

Những sách khác đầy quyền năng cùng tác giả

Thiên Đàng I & II

Một bản phát thảo chi tiết về một môi trường sống huy hoàng tráng lệ mà những công dân thiên đàng sẽ vui sống và một sự mô tả tuyệt vời về những cấp độ khác nhau của các vương quốc thiên đàng.

Sứ Điệp Thập Tự Giá

Một sứ điệp thức tỉnh đầy quyền năng dành cho những ai đang trong tình trạng ngủ mê thuộc linh! Qua sách này chúng ta sẽ nhận biết được lý do tại sao Giê-su là Cứu Chúa duy nhất và tình yêu chân thật của Đức Chúa Trời.

Địa Ngục

Một sứ sứ điệp tha thiết nhất gởi đến toàn nhân loại từ Đức Chúa Trời, Đấng không muốn một linh hồn nào vực sâu địa ngục! chúng ta sẽ khám phá một điều chưa từng được biết về thực tế thảm khốc của Hạ Tầng Âm Phủ và đại ngục.

Đời Tôi, Và Niềm Tin I & II

Tự truyện của Tiến Sĩ Jaerock Lee đem lại cho độc giả một mùi hương thiêng liêng tuyệt vời nhất qua đời sống của ông được chiết xuất từ tình yêu của Đức Chúa Trời được trổ hoa trong giữa đợt sóng đen tối, ách lạnh lùng và những thất vọng khó lường nhất.

Tầm Thước Đức Tin

Nơi ở và vương miện nào trên thiên đàng đang chờ chúng ta? Sách này cung cấp cho chúng ta sự khôn ngoan và hướng dẫn chúng ta phương cách để có thể biết được lượng đức tin của mình và trưởng dưỡng lượng đức tin ấy một cách tốt nhất và trưởng thành nhất.

www.urimbooks.com

www.ingramcontent.com/pod-product-compliance
Lightning Source LLC
LaVergne TN
LVHW041847070526
838199LV00045BA/1476